TAMASHA

BY NAILA BARWANI

ENGLISH VERSION

TRANSLATED FROM SWAHILI

BY

DR NATHALIE ARNOLD KOENINGS

TAMASHA by NAILA BARWANI
Published by Dira Publishing Limited
85 Great Portland Street
London
W1W 7LT
United Kingdom

Front cover photo courtesy of Shutterstock®
Cover design by Lubna Kharusi
Translation from Swahili to English by Dr Nathalie Arnold Koenings

ISBN 978-1-912409-14-3

ABOUT THE AUTHOR

The career of Naila al Barwani has been nothing short of remarkable. Born in Zanzibar in 1927, and schooled merely to primary level six, she assumed the responsibilities of marriage at the age of 14. Yet still, she vigorously expanded her learning, something to be expected coming from a home surrounded by books and raised by her father, the legal and literary scholar and writer of Maqamaat Abi al Harith, Sheikh Muhammad bin Ali bin Khamis al Barwani.

By her mid-twenties, under her married name Naila Kharusi, she had written Usinisahau, and for it achieved national and international recognition. The novella's quality was nationally acknowledged when Radio Zanzibar broadcast it serially in the 1950s and when, in 1966, it was formally published in The Journal of the Institute of Kiswahili Research, Dar es Salaam (Vol.36: 2). A research paper, "The Construction of Women's Identities in Tanzanian Prose Fiction" by Izabela Joanna Romańczuk also featured it. International recognition came when Dr Laurenco Noranha, Lecturer in Swahili Literature at the University of Vienna's Institute of African Studies, warmly cited the work in his Einfuhrung in Die Swahili Literatur. Further tributes then came from the French scholar Xavier Garnier in The Swahili Novel; and from Colette Le Cour Grandmaison and Ariel Crozon in their study Zanzibar Aujourd'hui.

Usinisahau was followed by two other novellas, Tamasha and Imepita Jana (Gone is Yesterday).

Impressively, now in her 90s and living in Oman, Naila is still writing. One of her recent works is a short memoir of her children's father, I Remember This Man. She has written the memoir in English in the hope that her grandchildren, who do not know Swahili and to whom she has dedicated the book, would be able to read and learn what an exemplary husband and father ought to be. Her latest work is a collection of religious poems, begun when she turned ninety, that exemplifies and encapsulates her love of God and her yearning for His Eternal Blessing. It also reflects her recognition and acceptance of the vagaries of life and its ephemeral nature.

ABOUT THE TRANSLATOR

Dr. Nathalie Arnold Koenings spent her childhood in East Africa, where she learned Swahili at an early age. As an anthropologist, she has focused on history, culture, and memory in Pemba, Zanzibar. She has published articles about Swahili poetry, oral histories of food practices, mystical geographies, and memories of the Zanzibar Revolution. In her work as a translator, she has published translations of Swahili fiction and poetry by Mohammed Said Abdalla, Emmanuel Mbogo, Shafi Adam Shafi, Anna Samwell, Fanuel Mgendi, Mwenda Mbatiah, and Nassor Hilal Kharusi. She has published two works of her own fiction as well as several short stories.

TAMASHA

After the two longest days of his life, finally, a perfect afternoon welcomed Hassan into the harbour. He leaned on the dhow's flank, looking here and there, then leapt about excitedly, unable to wait any longer. The sun was setting quickly to his left, its rays lengthening, one or two sharply defined. Before his eyes, he saw the world's truly beautiful face as if for the first time. All at once the sun vanished, swallowed by the sea. The clouds scattered in a variety of marvellous shapes, and, Oh! Their colours thrilled Hassan's whole body, sharpening his delight in encountering this new world.

"Mama! Mama! We've arrived at Serina!" Hassan shrieked gleefully to his mother.

"Oh, it's true. We're here, Hassan. Inshallah, my darling, may God open fortune's doors for us in this land. May it be a blessing, Ya Rabbi," she replied, her voice at once happy and anxious.

Hassan was eleven when his father learned of the death of his brother, whose sole heir he was. This man, God have mercy on him, had left a house and a bit of land two miles north of the great city of Serina. Hassan's father, a struggling blacksmith with few prospects where he was, saw no better way than to relocate to Serina to start a new life. Here, he thought, he would keep some animals, have a garden, and go on working as a smith. Hassan was delighted at the news, and at the prospect of traveling for the first time to another city. He felt like someone on the way to Heaven. The three days before the trip, he was so happy and impatient that he wasn't even hungry. At night he couldn't sleep, and when he did, he dreamed only of the journey.

Serina itself was a sister island to their own. Hassan had heard tales about it, and its praises sung, since he was very small, for his father had been born and raised in Serina. He'd always recalled his homeland with great affection. He had lived with his brother and father there; in the very place they were now going back to stay.

Since it was twilight, Hassan couldn't see the town clearly. At the harbour, an old friend of his father met them. He begged them to spend the night at his home, but Hassan's father made their excuses, and his friend loaned them a donkey cart for the trip out to their place.

Hassan wasn't disappointed by their new home. He liked it from the moment they arrived. He couldn't wait for the sunrise, so he could explore. The house they'd inherited was small, but since they'd come from struggle and poverty, Hassan was delighted by it - to him, it was a castle. It was a one-storey house, not high, with two bedrooms, and a front room for receiving guests.

At dawn, Hassan was outside before anyone else, looking at the place. The surrounding land was flat, open, bare of bushes or scrub, and perfectly still. A few small houses were scattered about. Here and there, a few big trees or a coconut palm decorated the expanse. Above all, the grass was as soft as a beautiful green carpet, unfurled across land. Delighted, Hassan estimated that he could even roll around and do somersaults here to his heart's content.

After about a quarter mile, he encountered a great mansion. For some minutes, he stared at it in utter amazement. It was a house the likes of which he had never seen. Not just large, but beautiful, built in an otherworldly style, the kind of house Hassan had imagined could exist only in a story. It rose beautifully, majestically, like a precious jewel, between two high walls. It was soothing to look at. What kind of people lived there? Wondering, he called out for his father. "Please, Baba, come tell me who this wonderful house belongs to!"

His father appeared and said, "Ah! This is the house called 'Tamasha.' It belongs to Ali bin Mbarak. He's now the big man of this place. He's wealthy, and almost all the land, as far as your eyes can see, is his."

"Do you know Bwana Ali Mbarak, Baba?"

"I know him, and I even knew his father. But really just by sight, not to talk to. When we were little, me and my brother Zuberi liked to wait for them on the road on Fridays, to see them pass in their horse-carriage on the way to prayers at the mosque. I remember Shekhe Ali was a boy in those days, like me. But his father, Shekhe Mbarak, was a very old man. What's more, he looked arrogant, terrifying!"

"What do you mean, Baba? Tell me more," Hassan begged him eagerly.

"Oh, my boy, what can I tell you? Shall I explain Man's wickedness to you? No one ever said anything about that old man, as I recall, expect that he was vicious. Everyone around here trembled under his gaze, but how they talked behind his back. And my father was the worst – he hated him! He couldn't stand to even hear his name!"

"Why, baba? Why did grandad hate Shekhe Mbarak?" Hassan was stunned.

His father said, "To this day, I don't know the real reason. I knew our father once took care of his horses. One day, I remember, I had a bad fever. There was no medicine at home, and no doctor nearby. Our neighbour urged my father to go to Shekhe Mbarak for help. But baba snorted cynically and said, 'If it's God's will for my boy to die, nothing can prevent it. I'll lose my honour if I ask that animal for help again. Yakhe, you think I can forget the evil Shekhe Mbarak did? Do you know? After everything he'd done to me and my wife, there's one day he was even more vicious – the day my wife Anisa was really ill, after giving birth to Abdulla! It was the same, no medicine, no doctor. But I steeled my heart anyway, and went to ask his help. Well! He chased me out like a dog, and I got home to find poor Anisa dying!' These are a few of the things I heard your Babu Hassan say about Shekhe Mbarak. How their enmity began, I don't know."

"Hasn't Shekhe Mbarak been dead for a long time now, like Babu? And what about his son, Bwana Ali? Is he evil like his father?" Hassan pressed him.

"In fact, until I left this place and went to seek my fortune, I never heard that he was wicked. Later, I heard that his wife, whom he'd loved a lot, had died. She died in childbirth. And because of the grief, Bwana Ali has never been happy or smiled again. He's always mourning, grieving, so much so that he never goes outside and doesn't want to see anyone. In the end, even his servants. Most of them have fled. Poor man! Inshallah, God will ease his way." Hassan's father said sadly.

"But Baba, doesn't Shekhe Ali have children?"

"He has just one child, the one he had with his beloved wife."

"A boy or a girl?"

"I'm not sure," his father replied.

"Ya Rabbi, I hope that it's a boy," Hassan blurted.

Here, his father chuckled and asked, "Why do you hope so?"

"No reason," Hassan said. Still staring at the house, he said, excited, "Baba, I really want to see the inside of that place."

His father stroked and patted his back, saying, "Hassan. You're wishing for a really big thing, my boy."

A big thing? Oh, Hassan thought to himself, Baba uses a lot of expressions I don't understand! But as for me, one day, I'm going to walk right into that house.

The next day, in the afternoon, as Hassan was playing marbles by himself, his mother called him from the yard, saying to come quickly. "Hassan, there's a visitor in the front room. Bring coffee."

Thrilled to hear they were receiving their first guest, he ran to heat the coffee and brought it in. As he entered the front room, he found his father sitting on the mat beside a large man with a long grey beard. They were talking happily, as if they already knew each other.

The moment he saw Hassan, the visitor said, "Ah! This must be my grandson, Hassan. Oh my. Time flies! Just yesterday, Abdulla, you were just a little boy, and I'd put you on my shoulders. Now look at you! You've had a son, and he's big enough to make coffee! Alhamdulillah. We have seen some years!" Once Hassan had said hello, his father said, "Do you know who this man is? It's your babu Mzee Juma. He and your grandad were very close! We knew him so well we took him for our father's little brother. Uncle Juma. And he's Tamasha's gate keeper."

Hassan was privately thrilled, and, just as he'd thought, as he was leaving, Mzee Juma said, "Hassan, dear, will you come to visit us? Come and let me show you the wonderful peacocks we've got at Tamasha!"

"Ah! I've never seen a peacock. I really want to see them. When shall I come, Babu Juma?"

"Come any day you like, Hassan."

"Oh! Thank you so much, thank you, Babu!" Hassan answered in delight.

For the whole first week, Hassan and his parents were busy receiving visitors from the neighborhood. They came to see how the family was, and to welcome them to the area. Many of them knew Abdulla from before. They were affectionate and warm, happy to see him back among them. Eventually, Hassan got tired of making coffee and looking at grownups all the time. The conversations bored him – they were the very same each time. Later, he learned that many of the visitors were childless. The few children some did have were now older than him. He did keep wishing he had someone his own age to play with, even just one child.

That day, he thought hard for a long time, then said to his father, "Baba, I'd like to go see Mzee Juma tomorrow. I want to see the peacocks. Will you let me go?"

But his father said, "Hassan, darling, I'd rather you didn't go to Tamasha."

"Why, Baba?"

"I'd just rather you didn't. I'm heavy-hearted about that house. I feel it's not for people like us to visit. And it's not just that. Why would a person want to even go near it? It's a bad-luck house, a brutal house, a cursed house where disasters never cease! Do you know people say misfortune strikes every heir to Tamasha?" Abdulla went on, telling his son how it was. "And it's true. They say Shekhe Mbarak died a horrible death, pushed down a well by his insane servant! And that Shekhe Ali – hasn't he ended up half mad? Despairing for his dead wife, angrier each day, and now, I've heard, he can't bear to see anyone in that house happy! It's true what people say. That house looks beautiful from the outside only. Inside, it's collapsed upon itself, full of endless grief."

"But Baba, please, I'm begging you, let me go there just once," Hassan insisted.

"Go, my boy, if you really want to, but don't come back crying over what you find there."

Hassan fell asleep that night full of anticipation.

In the morning, he gulped his breakfast down and told his mother he was off to Tamasha. Ah! With huge excitement! The whole way, Hassan tried to imagine what he would find there. What would he learn? And what would he say?

But the moment he set eyes on Tamasha, just there before him, he began to feel afraid. He felt he was approaching an armed fortress, not an ordinary house. The whole place was still, silent, as if no one lived nearby. He heard only the song of a few birds darting in the trees, and perhaps the sound of his own steps, and his breath, which he could hear plainly – rising and falling fast. The garden walls seemed extraordinarily high and terribly strong, like the walls of a prison. Their great dark stones were like great hard eyes, glaring, noting his every move. All at once, he panicked and wanted to run home.

Just then, he heard a cough. As he looked about to see where it had come from, he found himself close to the garden's great iron door. Fear washed over him as he peered between the bars. Before he could see anything, a loud voice rose from the garden. "You! Who are you? What do you want!"

Hassan jumped as if a cannon had gone off. He was trembling. Without looking back, he started to run. The huge voice rang out again. "You! Boy! What are you running for?" Then it said, "He's a thief! Catch him! Thief!" Then, it laughed.

Hassan didn't stop, and the more he ran, the further away home seemed. He thought it was the end! It's true, he thought, the person who won't listen to his elders.... If only he had minded his father.

He reached home panting like a dog. His mother was startled. "Hassan, sweetheart, what's happened?"

But Hassan felt shy. "Nothing, mama. I didn't find Mzee Juma, and so I hurried home."

Many days passed, and Hassan got used to his new life. His father, seeing Hassan all alone without anything to do, encouraged him to learn blacksmithing. Little by little, Hassan learned, and began to help his father.

One day, Mzee Juma came to see them. After a bit of conversation, he asked Abdulla to do some work for them at Tamasha. Mzee Juma explained that some of the stable doors were in need of repair. But Abdulla refused. "You'll have to forgive me, Uncle. I don't want to go to Tamasha."

Mzee Juma insisted, saying, "You don't want to make money? Come work, bwana, you'll be well paid. If you don't want to set eyes on Shekhe Ali, you don't have to."

And so, despite his reservations, Abdulla agreed. Hassan would have to come with him and help, although at first, he really didn't want to.

That day, Mzee Juma was waiting for them at the gate, and, as soon as they arrived, he took them through the huge garden, with its many different trees, and flowers of every colour. Tamasha, the house, was set in the middle of the garden, so imposing and majestic that they were afraid to glance twice at it. They walked past very slowly and headed around back toward the stables.

There, Hassan was lucky enough to see the peacocks he had longed for. About six of them wandered in the garden. Some made their tails into wondrous fans while others pranced gracefully about. They were like emeralds, a precious adornment for this marvelous residence. Elsewhere, fancy white doves fluttered about, perfecting the place. For a moment, Hassan's heart lightened. He felt happy and alert, forgetting a little the anxiety he'd felt upon first going in.

A man who'd been watering the garden spotted them and approached. After speaking briefly with Abdulla, he looked closely at Hassan, then said, "Aren't you the boy who came here that day? I remember your face perfectly. So, it was you? Our friend's son?"

He turned to Abdulla and said, "I had no idea it was your boy. And when I asked him, he didn't say a word, and next he ran away. He must have been afraid."

"Oh? Is that how it was?" Abdulla asked his son.

"Hassan, you were frightened of Khamisi? He's the gardener, and he's my friend. There's no reason to be scared of him again. He's another father to you."

Hassan felt a wave of relief wash over him, and his worry eased completely. He and his father started work that very day. By the third day at Tamasha, Hassan felt that he belonged, and he was happy there. One morning before they started work, as he was wandering around the garden, his heart pulled him toward a little house at the end of the grounds, near the far wall. As he neared it, all at once he heard a child's voice coming from inside. Since the big windows were open, and because the ledge was low, he could easily see in. There, he saw six children, four boys and two girls. One boy was standing, reciting, while the others sat bent over their books. The teacher at the front was holding a book, too. Hassan pressed close to the window, amazed to see a school for the first time. Since then, every day whenever he was free, he loved going back to see the children being taught. He never bored of it. Instead, each time he went, his own longing to study grew.

That afternoon, as he and his father headed home, he thought for a moment, then said, 'Baba, would you please put me in school? I want to learn to read."

"Oh, my boy," his father said. "There's no school around here. If we lived in town, I would happily enroll you."

"But Baba, there is a school at Tamasha. I've seen it."

"Oh, that little school of Shekhe Ali's? He started it for the children of the house, and for his workers' children."

"Baba, can't you make it so I can study there?"

"How could I do that, sweetheart? I won't humiliate myself before a person who might send me away in a rage." He went on, "Hassan, I'm a poor man in God's eyes, but I won't beg from anyone. I respect myself, I have my dignity."

And so, Hassan had nothing else to say. He understood from how his father spoke that he wouldn't change his mind. But Hassan kept going to look through the school's window as usual. And sometimes he tried, like they did, to scribble what was being said onto a scrap of paper. One day, as he was struggling to write, the teacher's voice interrupted him, saying, "Hey, you there, what are you doing?"

Hassan was startled. "Nothing," he said anxiously.

"Come around and get in here," the teacher ordered.

Hassan went, nervous. When he entered, all the children stood up and looked at him in wonder, whispering and laughing.

"What's your name?" the teacher said.

"Hassan, Sir."

"Hassan, don't you get tired of huddling by the window?"

The question startled him. All these days, he's known that I was there, and he hasn't chased me away?

The teacher spoke again. "I see you're even learning to write. Do you like learning?"

Hassan found himself nodding quickly.

"All right, very good, Hassan. Have you never been to school? Why?"

And by the tone of his voice as he posed the question, Hassan knew that the teacher was a good man. Who knows, he thought. Maybe he will help me. So, he answered, "I've never been to school in my life, Sir."

The teacher shook his head sadly and said, "Do you really want to learn?"

"I very much want to," Hassan said quickly, happily.

The teacher asked him other questions, like, How did you get here? Who is your father? and so on.

After Hassan explained it all, the teacher seemed pleased with him. He patted him on the shoulder and said, "Hassan. It's a great loss if you don't get the chance to learn. But Inshallah, I'll go see your father, and I'll do all I can so you can come here and study, right here in this school."

Overjoyed, Hassan couldn't think of anything to say other than, "Thank you Sir, thank you, Sir." He ran to his father and told him what had happened. His father said, "What's good for us is what God allows."

The next day, the teacher sought Abdulla out. After introductions and some small talk, the teacher told him he'd be very happy if he would allow him to teach Hassan. But Abdulla said, "Look, mwalimu, I'm not against it, but where will you teach him? If you mean he should go to Shekhe Ali Mbarak's school, has Shekhe Ali agreed to it?"

"Oh, yes. He agrees. Yesterday afternoon, I went to see him to ask if I could take an additional student. My friend's son, I said."

So, Abdulla said, "If he himself does not forbid it, then I have no objection. I'm very grateful to you for your help. Inshallah, may God increase your lot."

Hassan began going to school at Tamasha. That first day was a truly momentous one for him. The joy of being seated at a desk, like any other school child! That first day, he felt like a king on a throne. He didn't remember just the important things, no, he remembered even the tiniest things that happened.

The teacher told him where to sit, and the other children stared as he passed. His face was flushed and hot, and he walked anxiously. Not looking at the floor, he tripped on the outstretched leg of a boy who had set his foot purposely in the way. Hassan fell. That same boy, who was bigger than all the others, started laughing, and nearly all the others laughed too. One girl didn't. She scowled at them angrily and rose to help Hassan gather the schoolbooks he had dropped. When Hassan thanked her, she didn't say a word, but she looked at him kindly and gave him a friendly smile. At least one of them is welcoming me nicely, he thought, letting out a sigh.

It was easy and natural for Hassan to get to know this girl. For, that very day, during recess, she sought him out and introduced herself. "I'm Huda. Do you like our school?"

They talked a bit, and he understood that, of all things, Huda was Shekhe Ali's daughter. She was about ten years old. Long limbed and slender. Her most striking feature was her eyes – magnetic eyes that betrayed her innermost feelings. Abudu, the boy who had tripped him, was Huda's cousin, her mother's sister's child. His parents had put him into Shekhe Ali's care when he was five for schooling at Tamasha, and he'd been there ever since. He was tall, blubbery, flabbily fat. His face was pale and round like a full moon, and his eyes were small, of an unplaceable color. Abudu liked tormenting his mates, and since the other children were small and weak in comparison, they feared him like a lion.

18

Huda was the only one who wasn't scared. The other four students were workers' children.

Hassan grasped all of it quickly, and his first days were hard. He was new, and he didn't know anything about life in school. His ignorance was obvious, giving Abudu and his followers many opportunities to tease and laugh at him. He often felt miserable, tormented. But despite it all, he didn't lose heart about his studies. Whenever they laughed at him, he grew more determined and prouder, and more eager to learn. He gave up all his games and did his best at school and at home. For three months, he showed them all that he was learning fast. Little by little, Abudu provoked and laughed at him less. The teacher liked him and took care with him. But maybe all of this annoyed Abudu even more. Outside of school, he taunted Hassan, saying he was weak. How many times did he want Hassan to fight him? But as it was, Hassan was careful. He refused, and Abudu laughed and insulted him mercilessly.

One day, Abudu forced Hassan to race him. As they ran, Abudu, who was a bit ahead, suddenly fell face down on the ground. Had he slipped in a puddle of mud? When he got up, he was covered from head to toe in muck. For a moment, all the children gathered and stared at him in shock. But the moment Huda's delighted laugh rang out, not one of them could keep a straight face. In unison, they burst out laughing and didn't stop until Abudu had insulted them furiously. Abudu picked up the banana peel and said to Huda, "You're the one who threw this there on purpose. I saw you eating a banana just then."

But Huda just laughed at him and didn't say a word. Abudu flew into a rage, but his stream of insults was drowned out by Huda's laughter. Abudu turned on Hassan, then. "I'll show you one day, just wait. You won't be so proud then, you big fool."

Hassan was stunned. What's this all about! he thought. It was true what they said, that a rope breaks where it's rotten.

Because the students had done well on their test, the teacher wanted to reward them. One afternoon before letting them go, he told them he was planning a little celebration. Hassan had never been invited to a party before. He was so happy and excited that his mother made him some new clothes. Two days before the party, they were ready.

The first person Hassan saw when he arrived was Abudu. Looking him over from head to toe, Abudu brayed like a donkey. He laughed and laughed, then shouted to all the other children, "Look at this one, dressed up like a groom! Hassan looks so fancy. Who'd he borrow this stuff from!" The children circled Hassan, staring as if he were a freak, and they laughed, too. But Huda appeared and said, "Yes, we've seen the groom. And you must be his bride, right, Abudu?"

Abudu's laugh was cut short, and he shouted, "Huda! Prepare to be punished! Don't ever say anything like that to me again!"

"I'll say every single thing to make you mad if you don't stop being so mean and bullying everyone all the time!"

"I'll bully them all right. What does this have to do with you, that you're getting involved? Hassan isn't anything to you, not his earlobe or his ear. Or are you involved with this loafer, this rascal, this idiot, who's come to spy on us?"

Oh! Hassan couldn't hold back anymore. He leapt on Abudu and grabbed him by the neck. And he punched him. And though Hassan got in two punches, in the end, Abudu, who was so much bigger, threw him to the ground. And he tore his new clothes from top to bottom. And if that weren't enough, he snatched another child's soda bottle and poured it out onto Hassan's head. His clothes were in tatters, his hair covered in soda, and his whole body hurt from all the blows and kicks.

Huda came to him and tried to help him get up. Hassan didn't have the strength to stay. He went home.

Hassan couldn't forget what had happened. He was so miserable that he wanted to die and never see the others again. When he reached home and saw his mother, he couldn't hold in his tears. He cried so hard that his mother wept, too. Both his parents were so upset at what at happened that when he said, "I don't ever want to go back to school," they accepted it immediately.

The next afternoon, as Hassan was fastening a swing in the yard, he saw Huda in the distance. He dropped the ropes and went over to the little wall to watch as she approached. She was skipping happily, her long braids skipping with her. Hassan watched her for a while, thinking she was like a wind-up toy. His heart felt lighter, and he chuckled to himself. Then he shouted and ran towards her in welcome.

Huda said, "You know what, Hassan? What the teacher gave me for you?"

He saw that it was a book of stories. "Hassan, how come you weren't there this morning for the last day of school?" Huda asked. Even the teacher couldn't believe it."

"You mean the teacher doesn't know what happened?"

"I don't think so. But yesterday I left right away, too. I didn't wait for the party." She went on, "Hassan, tell me the truth. Why didn't you come to school today? Or are you mad at all of us?"

"I'm not mad at all of you. But I'm done with school. I won't go anymore."

"Hassan! I'm begging you, don't stop coming to school. The school doesn't belong to Abudu. You don't know how I hate that fat elephant, Abudu!"

Just then, Hassan's mother appeared. From the first moment, Huda chatted with her as if she'd known her for ages. She explored the house, asking a thousand questions. When Hassan's father came, the four of them sat together and drank a lovely tea accompanied by egg-bread. Before nightfall, when Huda said goodbye, she hugged and kissed Hassan's parents. Then she asked Hassan to accompany her back to her house. As she waved goodbye to his mother and father, Huda said, "Hassan, I wish I were you! I wouldn't wish for anything."

"Why?" Hassan asked.

"Because you have the two most wonderful loves in the world – your mother and father. And oh! I even love your house! I wish I could live there my whole life!"

Hassan was shocked. "But Huda, you have a father, even though your mother died. And what's our house compared with your beautiful, glorious Tamasha?"

"Beautiful and glorious?" Huda said, "Beautiful and glorious! What does that mean? Why can't I understand what you're saying?" Her voiced changed. "Really, Hassan. Listen, just come with me for a minute."

Instead of continuing on the road to Tamasha, she took a narrow path on the left. In a moment, they reached a grove of tall jujube trees. The wide upper branches were so entangled that the trees had formed a huge umbrella, covering the whole place in shade. The sun couldn't pierce through the leaves, and the grove was dark, strangely huddled in on itself. The cool damp air washed over him, and at once Hassan was delighted, refreshed from the heat. Huda led him forward, turning to say, "Hassan, do you know what I want to show you? I want you to see my mother's grave. This one here! Do you see it?"

The grave was made of white marble, and beautiful. Together they bent over the elegant writing that had been carved into the stone. Huda read the words aloud, but, before she could finish, her face flushed, and she pulled Hassan by the arm. "Whenever I don't have anything to do," she said, "I come here."

She hesitated, her eyes fixed on something in the distance, then said, as if speaking to herself, "Yes, I like to come here to talk with my mother."

"Oh! You come to talk to the grave?"

Huda didn't answer. She swallowed hard and said, "Hassan, come, let me show you the wonderful waterlilies."

Hassan followed her a little way, and they came to a small pond full of waterlilies. At its edge stood a little wooden shack and an iron bench. They rested there for a moment, admiring the waterlilies before them. Hassan liked this place. It was ringed by flowering trees – ylang-ylang, shambeli and wild jasmine. A carpet of petals covered the ground. The air was heady, redolent with the flowers' perfume. It was obvious that the garden had been carefully designed. Every tree, even every stone, had been beautifully placed.

Huda said, "Do you see this place? I'm told this is where my mother and father liked to come every afternoon. My mother loved that wooden hut more than Tamasha. I've heard that, even as she was dying, she asked my father not to bury her in Tamasha's garden, with our other ancestors, but here, in this place, where she spent the few happy days of her short life."

Huda was bent over, scratching a twig into the soft earth. She hesitated and said softly, "One day, I'll come here to enjoy myself, too."

Hassan didn't know what to say. He looked at her, thinking, "Poor Huda! Why isn't she more like a little girl?" Huda's face seemed to betray her innermost feelings, and she looked like a grown woman beset by the world's pain. It startled him. Her eyes were clouded with sorrow, shining with quivering tears that didn't fall.

Hassan felt sorry and sweet toward her. He had so many questions, but he didn't know where to start. Then Huda's voice changed, and she said, "Hassan, come here tomorrow afternoon and let's play, please. Abudu's gone to visit his mother, and he won't come back until school starts up again."

"Okay, Huda, I will," he said, not thinking much about it.

Hassan and Huda spent many afternoons in this place they both liked so much. They were overjoyed from the moment they arrived until the time they left. They often played hide and seek among the bushes or competed to see who could pick the most waterlilies. One day, during the waterlily game, Huda slipped and fell, trying to reach a lily that was a little farther out. Luckily, Hassan reached her directly, and managed to pull her to the edge. But both of them were soaked through, and their clothes. Oh! What had happened was hilarious! As they looked at each other, they burst into gales of laughter and couldn't stop. Huda's long hair was so wet the strands stuck together like noodles. With her clothes stuck fast to her body, she looked even more thin and scrawny.

Huda rolled on the grass, trying to dry her clothes, and still laughing. "Hassan! I'll never forget this! I thought I was going to drown. But Hassan! You look so funny! You look like a wet chicken. You're shaking with cold." In the midst of her laughter, Huda said, seriously, "Hassan, don't forget to come to school. It's going to start soon."

"I'm not coming," Hassan said, without pausing.

"Please, Hassan, I'm begging you. Or I won't speak to you again for the rest of my life." Her voice was desperate. "I'd rather die like my mother."

"Oh! That's bad! Don't say that! A person mustn't wish harm on themselves! If an angel passes by and says 'Amen,' don't you know, Huda, what you wish for will come true?"

"Let it happen for real," Huda said, resolutely.

"Ah! Ya Rabbi!" Hassan exclaimed. Why did Huda always get so sad? He was puzzled again, wondering. But all at once he found the courage to ask her. "Huda! Why would you want to die? What's torturing you in this life? Tell me." Huda huddled on the ground for a while, then gazed steadily at him. "I don't know. But never mind, Hassan. Tell me a story, like the one you told me yesterday."

"I don't have a story today," Hassan answered. "First, answer my question." For a while, Huda was quiet. She threw the pebble she'd been playing with into the pond.

"My father doesn't love me."

"Your father doesn't love you? That's impossible, Huda. No father doesn't love his child."

"Yes, my father doesn't love me."

"Why, exactly?" Hassan asked.

"I don't know, but if you don't believe me, look..."

Huda unfastened the buttons on the back of her dress. Hassan was shocked. There were purple bruises all over her bony back.

"What are those, Huda?"

"These are marks my father leaves almost every day when he beats me with his stick."

"His stick!" Hassan was stunned. "What do you do wrong?"

"My big mistake is not being able to whisper, or to make no sound when I move around the house." She went on, "Oh, yes, Hassan, my father doesn't love me. He can't even bear to hear my voice! If he does, he gets so angry and he beats me."

"That's impossible, Huda. Any father loves his child." Hassan was slow to believe it.

"If my father loves me, how come he's never talked to me, or smiled at me, his child? I know he just hates me. Even Mzee Juma told me he wasn't like this before. He used to be charming and nice long ago, but since he lost my mother, he's different. My father and mother loved each other so much, and since my mother died giving birth to me, I'm told he couldn't look at me until I was three months old. When I was little, I was looked after by one nanny after another. I can't remember even one of them. And I love my father so much! But I've never sat with him even for half an hour." Huda finished by saying, "Ah, Hassan, how I wish I had a father like everyone else. A father to talk and play with. But instead of playing with him, I don't dare to even open my mouth before him, for how terrified I am. But it's so hard, sitting in my room all alone all the time. It's true, Abudu's there. But how I hate Abudu! I can't stand him for even half a minute. I don't like his ways at all. It's often him who betrays me to my father." Huda's eyes were full of tears, and she said, "You're the first friend in my life, Hassan. I've never been so happy. At least I don't feel alone. Hassan, please come back to school."

"All right, Huda. I'll come back to school for your sake," he found himself saying confidently. Huda's face shone with happiness, like a sunbeam breaking through the clouds. They got up and chased each other.

School started up again, and all the students came. In the month they'd been apart, only Abudu had changed. He was fatter, his pants tighter around his waist. He was meaner and greedier. He couldn't eat enough. If he saw another student with even a tiny piece of food in hand, he snatched it and gobbled it up. All of them hated him, and no one would even play with him. And Huda was the worst. She didn't call him by his name. Instead, it was just, "You little elephant." It made Abudu furious, but he couldn't stop her.

At the end of the week, as he did every weekend, Abudu went to see his parents. Huda and Hassan agreed to meet and play at the pond.

Around midday, as they tried to fashion a miniature dhow from sticks and paper, they suddenly heard a voice calling, "Huda, Huda, where are you?" They stared at each other in horror. It was Abudu's voice, and next he was there. He was covered in sweat, panting. "I looked all over for you at home and couldn't find you. What are you doing here?" Abudu asked. "There's a flat tire, and Mzee Juma says to come. When he spotted Hassan, he was jolted. "And what's Hassan doing here with you? Just the two of you here? Alone? That's a serious matter!"

"Why 'a serious matter'?" Huda asked.

"Not serious? Of course it's serious. How can you, a girl, be playing with a boy, all by yourself? Where have you ever heard of that?"

"Even if I've never heard of it before, what's wrong with it? Hassan is my friend, like any girl would be. What's the difference if we play by ourselves or with other children? Isn't it the same?"

"The same? You'll find out if it's the same. Wait 'til I tell Uncle, then you'll find out just why the guinea-fowl's feathers were torn off. And your stray dog there won't ever get inside Tamasha. He'll only see the roof, or my name isn't Abudu, which is my real name."

"What's your name? Your name is just 'Little Elephant.' You're the dog, with your rotten habits! Even your thoughts are filthy. Get out of my sight," Huda said.

The teacher waited for all the students to go home at midday, then kept Hassan back. He struggled to speak, but in the end, in a sad voice, he said, "Hassan, I'm sorry to tell you that you can't come back to school."

"I shouldn't come? Why?" Hassan was surprised.

"Don't come back. Shekhe Ali Mbarak himself doesn't want you, and nor should you ever come to Tamasha."

"What have I done?" He asked, devastated.

"I don't know what you did. But this morning, when I went to greet him, I could see that he was angry. He looked furious, and said, "Nassor. Expel that new student you brought in, immediately, I don't want him anywhere near my home." And since he's not a person you can question or joke with, I didn't dare say a word." Mwalimu Nassor went on, "I'm very, very sad for what's happened. I know you're not to blame. I don't know what the reason is. But I'll find another place for you to study, don't worry. I will come to see your father, and we'll make a plan."

Hassan knew it was Abudu's fault. Oh! How he hated him. No one would have dug a well for him to fall into like that except Abudu. He was devastated, and in the end he promised himself, 'One day I'll show Abudu and all of them that I'm not someone you can torment and ignore for no reason. Abudu, who's always keeping me down and ruining my happiness, one day I'll show him that I deserve more respect than he does.'

Hassan's determination to study persuaded his father and Mwalimu Nassor to rapidly make a plan. He was sent to the city to stay with Mwalimu Nassor's brother and attend the big school there. Oh! Hassan was even more eager to learn than before. At that time of his life, truly, nothing mattered to him but school. Years and months went by, and he grew more dedicated each day. He did well, and teachers, as well as his peers, liked him. How proud his father and mother were, so happy about his marks. But be on guard, poor ones, for the nature of sorrow! His parents didn't live to see him graduate. His mother died first, and his father four months after. Hassan was devastated, especially since he was to finish school in only a few months.

Sometime after his father's death, Hassan was stunned to receive a letter from Shekhe Ali Mbarak. The letter informed him that Shekhe Ali wished to see him promptly, about an important matter. Hassan mulled the letter over that night, and although he was reluctant to respond to the summons, in the end, he thought it wise to go and hear what it was about.

'What a difference!' Hassan thought on the way, 'between my first time at Tamasha, and today!'

Today, he found himself taking the road in long, forceful strides, strong-hearted and unafraid. Yes, he was twenty-three years old. Tall, broad, healthy, and a grown man with a beautiful, attractive face. He was pleased and found himself walking even faster. He arrived at Tamasha near magharibi, just before dark.

'Today, I'm entering this house for the first time, and by the front door, no less!' Hassan chuckled to himself as he rang the doorbell. After a few minutes, peering through the door's glass panes, he saw the blurred shape of a figure dressed in blue coming toward him, and the door opened. A young woman stood before him – and, oh! She was beautiful. Her eyes! Her hair! Her skin! In her whole appearance, she was like a precious jewel.

'Oh! This is a white egret from Paradise, not a human being!' Hassan thought. He felt embarrassed; the blood rushed to his face, and he didn't know what to say. But the young woman saved him, saying, "Welcome, Hassan. Please come in. You're expected."

Before he could respond, Abudu appeared. The girl looked down at the floor and hurriedly – or rather, in fear – turned and disappeared.

Abudu's face hadn't changed, but he was taller, and wider. His big stomach stuck out in front of him. Hassan recognised him right away. He was a bit startled by Abudu's face, plump and mottled like an omelette, with whiskers like corn husks growing all across his cheeks. His eyes were sunken in his face, two raisins tucked in a round bread loaf. 'God forgive me,' Hassan thought; he couldn't look at the creature a moment longer. Abudu put his arm about Hassan's waist and said arrogantly, "Oh, Hassan, you've come. Come in."

Hassan was led into a room, and there, for the first time, he saw Shekhe Ali Mbarak. He stepped forward to greet him, but, unsmiling, Bwana Ali only nodded and pointed to the chair beside him. Bwana Ali was about fifty years old. He was healthy, tall, and broad. He had so much grey hair on his head and beard that it was hard to spot a black one. He looked frightening. His forehead was deeply creased, as if caterpillars had dug their paths across it. His tiny eyes pressed close against either side of his long nose like castor seeds, glinting like a snake's, and looking Hassan over from head to toe until Hassan felt humiliated before them, like a filthy insect.

Really, Shekhe Ali is just like his receiving room, Hassan thought. Though the place was appointed with every expensive luxury, the air smelled of cold and suffering. Darkness had already fallen, but none of the hanging lanterns were lit. The only light came from a reading lamp on the table to Shekhe Ali's right. In those first moments, Hassan felt a thin, cold chill running through his body. The room was like a trench.

Abudu opened the unpleasant exchange by explaining to Hassan that Shekhe Ali wanted to buy the land and house that Hassan's father had left him. He was rude, sarcastic. "Name your price, Hassan. We can pay." But as Hassan hadn't ever thought about selling, he couldn't respond. So, he said, "All right. I've heard what you have to say. I'll think about it and give you an answer."

During this brief exchange, Shekhe Ali hadn't said a word to him. He'd only made a few remarks to Abudu, while glaring at Hassan. The expression that had greeted him was the same as the one bidding him goodbye. There hadn't been a single softening of his face, let alone a smile.

Later, Hassan thought hard about what had transpired that afternoon. In the end, he thought of the young woman. No doubt it was Huda! It couldn't be anyone else. A fine, slender thrill lifted his brow, and he smiled, laughing happily to himself.

Huda! So changed I didn't know her. How different she is! But when she spoke my name, I knew right away it had to be Huda. She's the only person in the world who says my name that way. It's true, it's been years since we were separated. But I've never forgotten her, Hassan thought truthfully. Oh, yes! I can't forget Huda. My only childhood friend. My protector. She was always on my side, ready to defend me. She's the only person who really valued me, and treated me with respect, like a human being. Oh, how well we got along! But... but... Ah, Huda! Today, you weren't delighted to see me, the way you used to be. There was no sign of the lively, charming spirit you had then! Huda, why? What happened? Hassan couldn't sleep that night until late. He was full of thought, and eager for sunrise, for the day to begin, so at least he could go and see that garden pond again.

He walked slowly, heart pounding. The air's perfume split his heart and let him know he'd reached his destination. Oh! How overjoyed he was to see that place again! He went to the pond's edge, by the iron bench, and took in the beautiful surroundings, which he'd remembered exactly. Nothing had changed expect perhaps the trees, which had grown full and tall from the last month's rain. The place was utterly silent. For a moment, he heard nothing but the lapping of the pond's little waves against the wall, and the isolated trills of a few birds. But Hassan could remember the voice that had once brought this garden to life. And suddenly, he felt that he could hear it: "You! Hassan! My first friend...."

And he could hear her laugh, and the way she shrieked when they wrestled below the trees. "Oh, Huda! Huda!" He found himself saying her name aloud, deep in thought, and his heart tightened with joy and sorrow. All at once, the shadow of an animal moving above the pond startled him, and he jumped. He turned to look behind him, and that's when he saw Huda, really truly standing right before his eyes. For some moments, he stood shocked, dumbfounded. He could do nothing but gaze upon this angel descended from Heaven. Her body had filled out in a womanly way, perfect for her medium build, which was royal, and for her elegant, proud neck.

Huda looked at him with sorrow in her eyes. Softly, in a sweet, steady voice, she said, "Hassan, I came, just as you asked."

"As I....asked?" Hassan stuttered.

"Yes, Hassan. You called me. Last night, I dreamt of you, calling me here," Huda said. She was sincere, certain of what she said.

"If that's so, how come you're late?" When Hassan saw her expression, he didn't know what to say.

"I'm a little late, because I was waiting for father and Abudu to leave, so I could slip away."

"What for? Does your father forbid you to come here?"

"Yes, I've been ordered not to come here, or go anywhere else alone, ever since that day Abudu betrayed you, do you remember?"

Huda bent forward slightly, and Hassan admired again the beauty God had bestowed on her. Huda was wearing a wonderful rose-pink dress of a light material. And oh! How well it suited her! And her flawless skin, which was plump with youth, and the color of her skin – blooming with health and sweetness, as if glazed with sherbet – and her long ebony-colored hair! She seemed to him like a rosebud, just beginning to open against the brilliant green of the trees that surrounded her. He hadn't thought that Huda would be so beautiful as this. Although her eyes had always been lovely, they were even more beautiful now – perfectly feminine, encircled with a thin line of kohl. When the light struck her from the side, her eyes shone, as if floating in a brilliant oil. Hassan realized, and said to himself, 'It's not just her appearance that's changed, but her personality. This isn't the old Huda, who would talk and laugh with me, unafraid, unworried. Where's that beautiful smile that used to rise to her eyes and turn her cheeks pink, as lovely as two rose-apples?'

Huda interrupted his thinking. "Hassan," she said quickly. "Please don't sell your land to my father."

"Why not? Even if he gives me a good price?"

"Oh, just don't. I'm asking you not to." Huda hesitated, then, in a sad voice, said, "Abudu is the one pushing for it, so father will give it to him one day. For sure, Abudu doesn't need it. But maybe I know why he's insisting. Ah, Hassan! Knowing that you have land and a home nearby, it's been my last remaining hope that I might see you again. And now...

Huda couldn't finish at first, for she felt she was going to cry. But she righted and said, "Oh, Hassan! Why did you forget me so easily? Why?"

"I didn't forget you, Huda, but... but... I was busy with my studies," Hassan stammered.

"When will you finish? "

"Inshallah, at the end of this year."

"How many months do you have left, Hassan?"

"Just six months, Huda."

Then Huda was silent. She wrung her hands powerfully, and in an anguished voice, said, all at once, "Hassan, take me where you're going, please...."

Before she could finish, she cried. Then she went on. "Hassan, I can see you're shocked at what I'm saying! And I hate myself for saying such a thing! I know it's disgraceful, shameful, for a young woman with any self-respect. But Hassan, I need help, and I have no one." She was increasingly distraught. "Hassan, I trust you. Please help me."

But Hassan was completely stunned by what she said. He stuttered, "But...but....but... how can I take you away? How can I do something that's forbidden, like that? First of all, tell me what the trouble is."

"Trouble?" Huda said sarcastically. "It's not 'trouble,' it's a living death. I'm dying, bit by bit, from what's being done to me. Oh, Hassan! I'm sick of living in a prison, terrified of my father. And now..." She couldn't say what she wanted to. Instead, she thought to herself, 'Oh, Huda! You're all alone, miserable, exhausted by the world. I don't know what to do.' Hassan wished that he could hold her in his lap like a little girl and soothe her against his shoulder. But instead, he said, "If only I could help you, Huda. But you know I'm a respectable man. People know me. I don't have the means to help you escape. But Huda, whatever happens, there's no need for us to do this shameful thing. Remember, there's just a little while left before I finish my studies," he said gently. "Oh, Huda! I won't steal you. I'll marry you, and the whole world will know. I'll take you from your father when he's convinced that I'm a respectable, good man, fit to marry his daughter. "

"Oh, Hassan. You don't understand, and you don't know my father. You think a day will come when he'll agree for you to marry me? Hassan, you're deluded. And you can't imagine my father's temper."

Hassan insisted, sure of what he said. "I'm not wrong. A day will come when I, Hassan, grandson of your father's horseman, will be respected at Tamasha. What I'm promising is certain. One day, Abudu and his friend will not dare humiliate me again. Wait for me, Huda," he said, "I'll tell you, Inshallah."

But Huda who had watched and listened to him the whole time as if he were a stranger, wiped her tears and got up. "Goodbye, Hassan. I wish you every success in your studies." She raised her hand to wave goodbye, looking at him bravely. "But... Huda.... Huda...." Hassan stared, but Huda didn't turn back. Rather, she walked slowly away, her lovely halting gait like that of a little deer lost in the forest, until she was gone from his sight.

Hassan finished his studies according to plan. He was a lucky young man. He made excited preparations for his new life, his heart more full of hope than ever. He didn't sell the house or the land to Shekhe Ali.

That day, Mzee Juma was the first to come to congratulate him about his exams. He wished him well and gave him every encouragement. As he was leaving, Hassan smiled and asked him, "And how is Huda? Is she all right?"

"She's all right. But I think she's even more downtrodden now that she is married," Mzee Juma said.

"She is... married!!" Hassan stared at him.

"You mean that you don't know? It's been four months now," Mzee Juma said.

"Four months! Who married her?"

"Who was going to marry her? Who else but Abudu?"

"Abudu married Huda?" Hassan felt as if he'd been slapped.

"Yes, Abudu married her. Hadn't her father arranged it long ago?"

"Ah!" Hassan couldn't say another word. He said goodbye to Mzee Juma. His mind was gone. Back inside, it was as if the house were collapsing around his head. He pulled at his hair and punched the wall. They say hearts get broken, but Hassan's heart wasn't just broken, it burst into a thousand bits, like an exploded light bulb. He was like a madman, out of control. Nothing could help him, and he had no one to blame. "Oh, miserable fool! I thought I was smart. How could I not have realized, and right away? Why couldn't I do anything at all? Oh! Huda, how can I find you now? How can I reach you? Oh, really, I'm Hassan that stray dog. I'm just the same, and I always will be. Even when you asked for my help, Huda, I didn't help you. I feared for my reputation. Saying I'd fulfill my promise, to prove my worth! 'I must marry you officially, and proudly, as respectable young men do!" He babbled on, reproaching himself. He tossed and turned on his bed, and there was no one to answer him, and even the walls of the house condemned him without pity.

Days and months passed, but Hassan couldn't forget, although when an illness is long, a person can't help but become a little used to it. Hassan got used to it, and accepted the life he'd been accorded. He tried to work hard, doing more than required. He made good progress and was promoted over and over.

Two years passed. Hassan heard no news about Huda. How many times had he wished to go to the countryside, to his house, at least to breathe the same air as his darling. But he couldn't. He had neither the opportunity, nor the courage to go, for the thought of being there, unable to see her, made his anguish worse. There was no point in going.

But once Hassan had made enough money, he decided to renovate the house his father had left him. In the end, whether he liked it or not, he had to go and see how the construction was going on his house. Those were days of painful reflection and torment. And his heart hurt even more whenever he saw Tamasha. The house stood proudly before his eyes, totally immoveable.

Did no weather or earthly shuddering affect it? Hassan thought.

How much more impossible for a human being. If only we were as strong as houses. I, Hassan, am just a stalk of bamboo, an outer shell, and empty. I don't even want to live. He felt sorry for himself. In the evening, there was nothing to do but sit in the back garden, staring at Tamasha. Into the night, he counted as the lights went on and off. And then there was nothing but darkness before him, and the sound of the frogs, chasing him to bed.

It was Saturday, and, as always, Hassan went to the country house to see how the work was going. A neighborhood friend came to see him. They sat on the baraza chatting for a long time. The light of a bright full moon lit their faces. Then, suddenly, the stray dogs began to bark wildly in the courtyard. And the weather started to change. A strong gale blew, then roared, until even the full moon was lost to the clouds, and darkness came. His friend got up and hurried home, and Hassan, too, went inside to bed.

As he was falling asleep, suddenly, he heard a pounding at his door. At first, he thought he was dreaming, but he started awake when he heard the agitated voice. "Hassan! Hassan! Let me in, fast!" He hurried to the door and opened it to Mzee Juma, who was panting like a dog, his face twisted as if he'd seen a jinn. "I don't have time to explain anything to you. But Hassan, follow me! Come and see what the world is like."

Hassan hurriedly got dressed and went out with Mzee Juma, who was racing to Tamasha, and Hassan followed him. When they arrived, Hassan stopped at the door, but Mzee Juma dragged him by the arm into the office. Hassan was stunned, his mouth fell open at the unimaginable sight. Abudu was sprawled on the floor, blood pouring from his chest. Shekhe Ali lay on the sofa, bleeding from his left shoulder. Both of them were perfectly still, the terrible look of death on their faces. "What happened, Ba Juma? What happened?"

"A lot happened. I'll explain. Stay calm. Right now, run upstairs and make sure Huda is all right. She's alone up there. And I'll take care of my master. A man who's got no one left to him to bury him with dignity but me...." Mzee Juma couldn't go on. He wiped his tears with his wrist, sobbing like a child. "Hassan, truly, if you live a long time, you'll see a lot of things. Today, I, Juma, have seen a lot indeed."

Hassan climbed the stairs two by two, thinking more than any tongue could say. After knocking at the door and not getting an answer, he cautiously opened it half-way and poked his head into the darkness. The only light came from beside the bed, where a candle, almost at its end, gave off a pale glow. Hassan moved closer, and what he saw made his heart clutch, and he wanted to weep like a woman. Huda lay on the bed, stiff as a tree trunk, her eyes half-closed. Her long black hair poured over the white pillow, increasing her pallor. Her skin no longer had its rosebud glow. It was white as paper. Although her face was unchanged in its beauty, as was her smooth skin, in the glowing candlelight, she seemed made of wax.

'This is a dying woman, breathing her last. It's not the Huda I know,' Hassan thought bitterly. Two days went by, with a great to and fro of healers. Hassan didn't know what to do other than sit near her, night and day. With immeasurable tenderness he watched over her and combed her hair. "My God, God, bring Huda back to health, let her recover..." These were the words he repeated constantly.

God answered his prayers, and on the third day, Huda began to toss and turn. She blinked. "Huda! Huda! I'm here, it's Hassan, open your eyes!" Hassan said joyfully. But Huda came back slowly, as if she were half asleep. Painfully, she said, "If only it were true. But, oh! These wicked dreams make me suffer even more. Ah, Hassan! Just once before I die, let me see your face!"

"Oh, Huda, wake up! You're not dreaming. It's me, Hassan, I'm right here beside you. Open your eyes and look at me."

Huda's eyes came open as if upon an angel. She was dumbfounded, unable to speak. For long moments, she gazed at him and stroked his face, as if to make sure it was a human being before her, and not the spectre she'd seen every day for years. Then, as if she had just remembered, she said, "But Hassan, what about my father? Where's my father? Where is he? Did Abudu kill him? Don't lie to me. Abudu has a gun in his hand, and he was drunk..." Huda began to cry and Hassan comforted her.

"There's no need to think about that now, you'll make yourself sick. Try to calm down so you'll get better soon."

"I should calm down? How can I? When I don't know what's happened to my father? Abudu must have killed him. Because now I remember the gunshot very clearly, and maybe that's when I fainted. Oh! Oh, poor me, Huda, I'm a corpse before I've even died. I couldn't help my father at all...."

Then she couldn't talk anymore. She sobbed so hard she coughed and coughed. She coughed until she was exhausted and couldn't breathe any longer. Then she coughed up so much blood that it filled a bowl halfway. Hassan was distressed. He couldn't believe his eyes. He raised the candle and looked into the bowl, felt his strength leave him, and trembled. Huda lay back and started to speak again, and this time she spoke more clearly, and her face was less tired. "Hassan! If my father has been killed, what about Abudu? Where is he? You don't know how afraid of him I am."

"Don't be afraid of him. He's not here now," Hassan told her.

"Oh! Hassan! I'm very afraid of him. You don't know him, how wicked he is, how heartless. He means to inherit Tamasha. The torture and punishments he deals me in bed are meant to kill me slowly, while he finds it amusing. How many times have I begged him, kissing his feet, at least to call a doctor for me, and he won't. Instead, he laughs and says, 'Why would I call you a doctor? To delay your death? You don't know how happy it makes me to see you broken and suffering. What did you think when I married you? That I love you? When did you ever love me, so I might love you? Don't you remember how you hated me? Even that stray dog of yours, Hassan, you thought he was better than me. Huda, I married you to get my revenge. Yes, Huda, I want to be the sole owner of Tamasha one day, and all its wealth in my hands. But before you die, first I'd like your father to." Huda went on. "That's what Abudu says to me day and night. That night, I was very ill, and he insisted that he wanted to see my mother's diamond pin. I wouldn't give him the last memento I have from my mother. I've already given him all my gold and he's squandered it, gambling and drinking. When he asked me so angrily where I had put it, I didn't say a word. He knew I didn't want to give it to him, and so he came to me in bed and shook me and slapped me, saying horrible things and trying to scare me into giving it to him. I was in so much pain, I thought, let him just kill me, why should I live any longer? Then he opened all the cupboards and pulled everything out, shaking things, but he didn't find the pin. Then he took a knife and broke the lock on the writing-table drawer. That drawer, which for as long as I can remember has been locked and no one has ever tried to open it! I've heard the key was lost long ago, my father's whole life. He found old documents in there and looked at them. He pulled out one page in particular. It was black with soot at the edges, as if it had once been burned. I saw that reading it unsettled him. He put it in his pocket and got out his gun. He filled it with bullets, and before going out, he said, "That's right, you won't die yet. Your father will go first." I was terrified of him, his face had changed, and I could see that he was going to do something evil. Although I felt so ill, I tried to get up, but ah! I'm so weak! For a while I struggled on the bed, I couldn't think how to get up. And before my foot touched the floor, I heard the gunshot, and then I didn't know anything anymore. Ah! Where did Abudu go? I'm so scared he'll come at any moment. He could kill us both. You don't know how wicked he is and how much he hates you! He remembers you to this day..."

But suddenly a voice interrupted her. "Where's Abudu? He's gone to the grave. It's not just your father we buried, we've buried

Abudu, too." It was Mzee Juma, just entering the room. He pulled a chair close to them and carefully explained. "Just as usual, at ten o'clock at night, I went to return my front door keys to Shekhe Ali. When I got to the office door, I heard Abudu and Shekhe Ali arguing loudly. I hesitated a moment, then I heard Abudu say, "Yes, I have to inherit Tamasha, no one else can! A long time ago, I overheard some workers whispering this story, but I was little, I didn't understand – and though today I've found the proof in this document that you've been hiding, one thing I want you to know is that Tamasha is mine, and no one can take it from me."

Then Shekhe Ali answered in a rage, "You, the idiot, you say? A document? What document?"

Abudu said, "You know it perfectly well. Otherwise, why did you hide it? Why didn't you tear it up years ago? Or do you mean to enjoy Tamasha your whole life, and when you die, let it just go to Huda, for her to do as she pleases? So she can bring whoever she likes here? I haven't been good to Huda, never mind, I know she doesn't love me, and I don't love her either. But it's me who must inherit. And since Huda will die soon..."

"She'll die? Are you telling me she's ill?" Shekhe Ali asked, dumbfounded.

"Ha! Ha! Ha!" Abudu cackled sarcastically. "Yes, she's in very bad shape. Are you saying you care? Since when? Do you know anything that happens in this house? You madman! You're just like your daughter. Both of you are lovesick. Ha! Ha! Ha! And you say you love! You're in love with a ghost? Both of you are mad. Since then, you're half-dead, you're just waiting for the grave. Neither of you deserve to have anything, not even a cent, in this world. Wouldn't it be better if I killed you both...?"

Then, I was stunned to hear a loud gunshot go off. I ran inside, but Abudu, who was falling to the ground, shot Shekhe Ali under the arm, in the chest. And I saw Shekhe Ali at his desk, head hanging, drop the gun he held. Then I lost control. I jumped over

Abudu, who was unconscious on the floor, and went to Shekhe Ali. I lifted him and lay him on the sofa. He was still breathing, though he was bleeding heavily. I said, "I'm going to get a doctor. Don't worry, Bwana, you'll be all right." But he pulled me toward him and shook his head. "I don't want a doctor. Let me die and find some peace. Juma! I'm the one who shot Abudu first. God forgive me! I couldn't help myself. Halla, Halla, Huda...." Then he couldn't go on anyone, and he died. I had no idea what to do. I left the bodies as they were and then I ran to find you, Hassan, to ask you for help." He fell silent as Huda wept inconsolably.

Mzee Juma added, "And now, perhaps it's time for me to tell another story I've kept quiet about for many years, and which I think you'll want to hear." He began: "When I was young, nearly in puberty, and my father was the foreman at Tamasha, I slept in my mother's room. My father didn't usually sleep there, for he kept watch on Tamasha all night long. In those days, Bwana Mbarak was still alive, and it was at his orders!"

One night when I'd been sleeping, my mother woke me in a frightened whisper, "Juma! Juma! Did you hear what I heard?" I was sleepy and confused, and I said, "I didn't hear anything."

"You didn't hear anything? Even a person in a very deep sleep would have woken at the sound! Juma, my boy, your sleep is very deep! You didn't hear the woman weeping as if she were being tortured? This whole time?"

I was frustrated at being prevented from sleep for things I didn't understand, and I said, "Maybe you were dreaming."

"I was dreaming? I haven't slept yet. I've been up all night weaving these strips so I can make a mat tomorrow. And when I was done, at about quarter to two, I wanted to go to bed, but before I'd even closed my eyes, I heard the crying. Dreaming? Child, it wasn't a dream."

Then I became afraid. Sleep left me, and I sat up. I said, "A woman weeping! Mama, where would it come from at this time of night? Or is it a jinn? Mama! Even I'm scared now."

But my mother said, "No, don't be afraid, Juma. That's not a jinn. I know who it was. I can't mistake that voice."

"Whose voice?" I asked, upset.

"It's the voice of a woman who died many years ago."

"She's dead? Mama, how could she come back to life?" My heart was pounding in fear.

"It's true a dead person can't come back. But I think it's her ghost wandering this house. It's no surprise. She was killed for nothing, and so her spirit roams here, weeping in misery. It's twenty years now since she died, and I can't forget it. It was a night like this, Lailat al Miraj, and we were waking to the fast..." Mama was troubled, hand on her cheek, and I was huddling in fear, the sheet pulled up to my eyes, I couldn't sit up anymore. I asked her, "What do you mean, she was killed? How? I don't understand." Mama said, "Yes, she was killed for nothing. This woman didn't die accidentally. She was killed without having committed any sin at all."

"Who killed her? And why?" I was eager to know.

Then, mama said, "My darling Juma, what I'm about to tell you, you must keep to yourself. This is a big secret, and no one knows what really happened except me and Shekhe Mbarak. I don't want this to get out, sweetheart. If Shekhe Mbarak hears, he'll kill me, no question. But I'm an old woman, and I can't live for much longer. You, who are small, maybe you will live to see the outcome of the wickedness that's been done here at Tamasha. You'll remember that I, your mother, was able to explain it to you, and you'll know that what I'm telling you today is true, that I didn't lie. Evil has no reward, my darling, and not even a fearless person can wrest someone's true God-given destiny from them."

Mama hesitated a moment and nodded. "God is forbearing, my dear, but He doesn't forget. There's no doubt that He will be the judge." She went on, "Listen, Juma. This house doesn't belong to Bwana Mbarak, and he didn't inherit it from his father. The original owner of this house was Bwana Rashid, his older brother. It was Bwana Rashid who was gifted, and who earned all the wealth you see here. It was he who built the house and gave it the name 'Tamasha.'

By this name, he meant that the house was a celebration, a gift to him in his lifetime, from God. And that's why he had it built so well. Bwana Rashid was desperate for a child, and though he married many times, he never became a father. When he was nearly old, he fell in love with a servant and married her secretly. She was only fourteen, and an orphan, moreover. She was named Jamila, for she was light-skinned and very pretty. Jamila, I as much as raised her after her parents died. She was my girl, my responsibility. And so I had to be told this secret, and as her somo, I readied her for marriage.

As it happened, Jamila got pregnant, but before she'd started showing, Bwana Rashid got a fever and, on the third day, he died. We didn't know what to do, especially because the legal heir was Bwana Rashid's brother, Shekhe Mbarak. He'd been small hearted since childhood. And he had misused his brother's wealth, eagerly waiting to inherit it his whole life. And so there was no way, we didn't dare face Shekhe Mbarak and tell him about his brother's secret marriage, or about the baby that was on its way.

When months had gone by, God willed that Jamila gave birth to a girl. And as it turned out, the baby looked just like her father, more and more so as she grew. Eventually, the servants started to suspect, and then even others came to know the secret. They started telling Jamila she should demand her due from Bwana Mbarak. Jamila went to him and explained what had happened. But Bwana Mbarak was furious with her, and he frightened her, saying that he'd kill her if she tried to tell anyone else. He denied her and insulted her terribly for having raised the matter.

Jamila was scared, and she didn't tell anyone, but, even so, Bwana Mbarak didn't leave her alone. He ordered one of his servants to poison Jamila's food, and so Jamila, who was still a young woman, died. One astonishing thing is that the very servant who had poisoned Jamila lost his mind afterwards, and it was he who killed Bwana Mbarak in the end by pushing him down a well. And all of us here in the house raised Jamila's child together, and she grew up to work like any servant's child. On top of that, Bwana Mbarak didn't let her forget that she came from sin, and if he called for her, he never said her name but, instead, "You! Bastard child!" When she was grown, she fell in love with a young man who worked with the horses here at Tamasha. Of course Bwana Mbarak heard about it, and the moment he did, he summoned them both and beat them with tamarind whips, then banished them from Tamasha.

"What happened to them?" Hassan interrupted Mzee Juma.

"They got married, and then they made their lives abroad," he answered.

"Did you know them, Mzee Juma?" Hassan asked, eagerly.

"Why shouldn't I know them? When all of us are children of Tamasha?"

"Well, can you tell me the name of the girl? What was she called? And the horseman who married her?" Hassan desperately wanted to know.

"Of course I will tell you. Her name was Anisa."

"Anisa! It can't be!" Hassan blurted.

"Yes, it was Anisa, and I can't forget that name, because it was my mother who gave it to her, and it was her name, too. My mother brought her into the world, and she'd prepared Jamila for marriage."

"But, Anisa? It can't be! It can't be." Hassan refused to believe it, dumfounded as he was.

"You don't believe it?" Mzee Juma said, "Take a look at the document that caused this trouble, that made people murder each other, and then maybe you'll believe, as I do now, in the story my mother told me."

Here, Mzee Juma brought out the document in question, the one that was singed at the edges, and gave it to Hassan. "Maybe Bwana Mbarak wanted to burn it, but God stayed his hand," Mzee Juma said. "Now the curse of Tamasha will cease, for Tamasha will return to its rightful owner." Mzee Juma got up to go. Hassan read the marriage certificate of Bwana Rashid and Jamila bint Abdalla. He was stunned to realize who Jamila was – his grandmother, his own mother's mother.

His face changed color. It was as if he were elsewhere. He sat, nodding over and over, listening to his thoughts. For a while, he even forgot that Huda was there before him. Huda said, "It doesn't matter, Hassan. Don't be upset about Mzee Juma's foolishness, accusing my elders. It's just servants' gossip, when they don't like their patron. My grandfather was a very harsh man, it's no surprise that people said such lies about him." Huda went on, "Hassan, this is the day I was waiting for. The day when I can be with you again. Hassan, I knew that one day you would come back into my life. Oh, yes! Your steadfast love prevented me from losing hope, it had a strong hold over me, it was a candle glowing in my chest that stopped my blood from freezing in the lonely cold. Hassan! You don't know how I've suffered waiting for today, for when I'd see you again. But ah! How unlucky I've been! I don't know what fury caused it! This day is also a day of loss. Ah! If only I had died, too." Then Huda couldn't go on any longer.

She wept again, and Hassan, as if startled from sleep, leapt to her side and wiped her tears, saying, "No, Huda, let's not forget what's more important than all of that, and that's that the day has come, a day I never thought would come in this world – maybe only in Paradise. Come, let's forget everything, let's forget our elders' wickedness. Inshallah, God will forgive them as we have forgiven them. Come, my Huda, let's turn a new page, a beautiful, pristine page, for you and me, and for our children, and let's forget all that has passed."

Now, the dawn light rose and shone on their young faces, and a new day began. Huda said, "Hassan, help me, let's gaze on this new day rising, together."

Hassan pulled Huda up from the bed like an infant, and, before the window, pressed her against his broad chest. Outside, the sun rose like a golden ball from behind the line of little hills that followed each other like faithful loves who could never be parted from each other. And, ah! The sky was a fiery carpet, so red as to burst the heart. The whole world looked different, and they trembled with joy, their hearts beating a bright and festive melody that rose into the air. A light, sweet dawn wind blew softly on their lovely faces, and their eyes met.

"Misery can't follow on misery, Huda! What beauty there is, if we just wait. If we can just be patient!"

TAMASHA

BY NAILA BARWANI

SWAHILI VERSION

TAMASHA

Baada ya siku mbili ndefu za maisha yake Hassan, mwishowe jioni iliyopeya ilimkaribisha bandarini.

Hassan alikuwa amesimama kwa kuegemea ubavu wa jahazi anaangaza huku na huko, na kwa hamu anaruka ruka hana subira tena ya kungojea. Jua lilikuwa likishuka mbio mbio kushotoni mwake, na mishare yake ikipiga mbali na kuonekana mmoja mmoja wazi wazi. Sura nzuri kabisa ya dunia aliiona machoni mwake Hassan, kama kwamba anaiona kwa mara ya mwanzo katika maisha yake. Ghafula juwa lilipotea na kumezwa na bahari. Hapo mawingu yalitawanyika tawanyika na kuleta umbo la namna kwa namna na oh! Kwa rangi mbali mbali za kumsisimuwa mwili Hassan na kumtia furaha zaidi ya kuikabili dunia hii mpya kwake.

"Mama! Mama! Tumeshafika Serina!" Hassan akampigia ukelele mama yake kwa furaha.

"Oh! Kweli tumeshafika Hassan. Inshalla mwanangu Mungu atufungulie milango ya kheri katika nchi hii. Iwe na baraka kwetu ya Rabbi." Mama yake alijibu kwa sauti ya furaha na pia wasiwasi.

Hassan alikuwa miaka kumi na moja baba yake alipopata tanzia ya ndugu yake ambaye aliyekuwa hana mrithi ila yeye. Bwana huyo Mungu amrahamu aliwacha nyumba pamoja na ardhi ndogo hapo kaskazini maili mbili mbali ya mji mkubwa wa Serina.

Baba yake Hassan ambaye hakuweza kufaulu katika kazi yake ya uhunzi hapo alipokuwepo, aliona hapana njia bora zaidi ila abadili maisha na ahamie huko Serina. Huko aliona atawaza kufuga vinyama, kupanda vipando na pia kuendelea na kazi ya uhunzi. Hassan alifurahi sana kusikia habari hiyo na kwa ile fikira ya kusafiri tu na kuweza kuona mji mwengine kwa mara ya mwanzo aliona kama anayekwenda Peponi. Muda was siku tatu mbele kabla ya safari, kwa hamu na furaha aliyokuwa nayo hata njaa alikuwa haioni. Usiku hapati usingizi upesi na akilala basi ndoto zake zote za safari tu.

Serina hasa ni ndugu-kisiwa cha kisiwa walichokuwepo. Habari na sifa zake Hassan alizoea kusikia tangu angali mdogo sana. Kwani baba yake alizaliwa Serina na kukulia huko huko. Kwa hivyo hakuwacha kupakumbuka kwao kwa mapenzi makubwa. Alikuwa akiishi na nduguye na baba yao mahala hapo hapo ambapo sasa anaparudia kuishi tena.

Ilivyokuwa waliwasili jioni, Hassan hakuweza kuuona mji kwa uzuri. Bandarini walipokelewa na rafiki wa zamani wa baba yake. Ijapokuwa aliwashikilia wapitishe usiku ule kwake lakini baba yake Hassan alitoa udhuru na rafiki akawapa gari lake la punda kuwapeleka kituoni kwao.

Hassan hakuvunjika moyo kwa maskani yake mepya. Aliyapenda mara tu alipofika. Aliomba lini kupambazuke apakague mahala. Nyumba yao waliyorithi ilikuwa ni ndogo lakini ilivyokuwa walitoka katika hali ya dhiki na umasikini mkubwa, Hassan aliifurahia na kuiona ni kama kasri. Ilikuwa ni nyumba ya chini, si ya ghorofa. Ina vyumba viwili na sebule ya kuongelea.

Alfajiri ile Hassan alitoka nje yeye wa mwanzo na kupatazama mahala. Pote hapo palikuwa ni pawazi na kimya kabisa. Hapana vichaka vya miti wala magugu makubwa. Nyumba mbili tatu ndogo ndogo huku na huko zilijitupa mbali mbali. Hapa na pale palikuwa na mti mmoja mmoja mkubwa au mnazi ambao uliozidi kupamba mahala. Ama hassa kiunga chote kilikuwa kama kilichotandikwa zulia la kijani kwa nyasi zake laini. Hassan kwa moyo wa furaha akatasawari anaweza hata kugara gara na kubiringitia kwa raha mahala hapo bila ya taabu.

Kiasi ya robo maili, akaona jumba kubwa sana. Kwa dakika alipigwa na bumbuwazi akilitazama. Ilikuwa ni nyumba kwa yeye bado hajapatapo kuiona methali yake. Si kubwa tu, bali ni nzuri sana, imejengwa kwa mjengo si wa kiduniani, bali kwa Hassan ni ule auwazao hadithini tu. Jumba lilichomoza kwa heba na utukufu kama kito cha johari kati ya kuta refu, zilizozunguka pembezoni. Kwa muda alitafaraji kuliangalia na akawaza, wanaadamu wa namna vipi wanaoishi humo? Alifikiri na akampigia kelele baba yake, "Tafadhali baba njoo uniambie nyumba ile nzuri ni ya nani?"

Baba alitokea na akamjibu, "Ah! Hiyo ndiyo nyumba iitwayo 'Tamasha'. Ni nyumba ya Ali bin Mbarak, sasa ni bwana mkubwa kabisa wa hapa – mwenye mali na karibu ardhi yote hii uionayo upeo wa macho yako."

"Jee baba, wewe unamjua Bwana Ali Mbarak?"

"Nikimjua yeye na hata baba yake, lakini bila ya shaka ni kwa macho tu, si kwa kusema nao. Tulipokuwa wadogo, miye na kaka yangu Zuberi, tukipenda sana kuwangojea barabarani kuwaangalia wanapopita juu ya gari lao la farasi siku za Ijumaa wanapokwendea mjini kusali. Ninakumbuka Shekhe Ali alikuwa mtoto siku hizo – marika yangu. Lakini baba yake yaani Shekhe Mbarak alikuwa kizee. Tena oh! Alikuwa na uso wa kiburi na kitisho!"

"Ehee tena baba? Hebu nihadithie zaidi" Hassan alimwomba kwa hamu.

"Ah! mwanangu nikueleze nini? Nikueleze uovu wa wanaadamu? Bwana mzee huyo, ninavyokumbuka hakuwa nayo sifa kwa watu ila labda ni ya uovu tu. Japo watu wote hapa mtaani wakimtetemeka machoni, lakini loo! namna gani nyuma yake walivyokuwa wakimsengenya. Na baba yangu, ndiye aliyezidi – hadi akimchukia! Akilichukia hata jina lake kulisikia."

"Kwa nini baba? Babu akimchukia sana Bwana Mbarak?" Hassan aliuliza kwa mastaajabu.

"Sababu hasa hakika mpaka leo siijui. Ingawa nikijua baba yetu aliwahi kuwa ni mchunga farasi mmojiwapo wake. Lakini, ipo siku moja ninakumbuka nilikuwa nina homa kali na hapana dawa yo yote nyumbani wala daktari kwa karibu. Jirani yetu alimnasihi baba yetu ende kwa Shekhe Mbarak aombe msaada. Lakini baba aliguna kwa kejeli na akasema, 'ikiwa mwanangu ameandikiwa kufa basi hapana litalomzuia. Ama miye nitakuwa si mwana wa halali endapo nitakwenda kuomba tena msaada kwa mnyama yule. Hivyo yakhe unafikiri mimi nitaweza kuusahau uovu wa Shekhe Mbarak? Unajua? Baada ya yote aliyotutendea miye na mke wangu, siku moja ndiyo ulizidi uovu wake. Siku aliyokuwa mke wangu Anisa mgonjwa sana, baada ya kujifungua kwa mtoto huyu huyu Abdulla! Palikuwa kama hivi yaani hapana dawa wala daktari. Lakini nilijikaza moyo wangu hivyo hivyo na nilikwenda kumwomba msaada. Basi loo! Alinifukuza kama mbwa, nikarejea nyumbani kumkuta maskini Anisa anakata roho!' Hayo ni baadhi ya maneno niliyowahi kumsikia babu yako Hassan juu ya Shekhe Mbarak. Ama asili ya kisa cha kuchukiana sikijui." Baba yake alimweleza.

"Bali Shekhe Mbarak si amekwisha kufa zamani kama babu? Jee huyo mwanawe Bwana Ali, naye muovu vile vile kama baba yake?" Hassan aliendelea kumwuliza baba yake.

"Hakika mpaka nilipohama hapa nikasafiri kutafuta maisha,

sikuusikia uovu wake. Ama baadaye niliwahi kusikia kwamba alifiwa na mkewe aliyekuwa akimpenda sana. Mkewe huyo alikufa kwa uzazi. Na kwa ajili ya uchungu wa msiba huo, Bwana Ali amekuwa si wa furaha wala kucheka tena. Daima ana majonzi na huzuni tu hata imekuwa hatoki nje wala hapendi kumwona ye yote. Mwisho hata watumishi wake karibu wote wamemkimbia. Maskini! Inshalla Mungu atamsahilia." Baba alimaliza maneno yake kwa masikitiko.

"Lakini baba, Shekhe Ali si anao watoto?"

"Anaye mtoto mmoja tu ambaye ndiye aliyezaa naye mkewe kipenzi." "Mwanamume au mwanamke?"

"Sina yakini ya hayo." Baba alimjibu.

"Ya Rabbi ni mtoto mwanamume." Hassan alisema mbio mbio.

Hapo baba yake alicheka kidogo na akamwambia "Kwa nini ukaomba hivyo?"

"Basi tu." Hassan akajibu. Tena alizidi kuiangalia nyumba na akasema mbio mbio " "Baba, miye ninatamani sana kuiona nyumba ile ndani."

Baba yake alimpapasa taratibu mgongo wake na kumpiga piga kidogo, na akamwambia "Hassan, unatamani makubwa mwanangu."

'Makubwa?' Ah baba ana misemo mengi aisemayo siifahamu, Hassan aliwaza kwa siri! 'Lakini miye lazima siku moja nitaiingia tu nyumba ile'.

Siku ya pili, alasiri, Hassan alipokuwa akicheza gololi peke yake, pembeni mwa nyumba yao, mama yake alimwita kwa haraka, "Hassan kuna mgeni sebuleni – peleka kahawa."

Alifurahi kusikia wamepata mgeni kwa mara ya mwanzo na hima hima alipasha moto kahawa na kuipeleka. Alipoingia sebuleni alimkuta baba yake amekaa busatini pamoja na bwana mkubwa mmoja mwenye ndevu refu za mvi, wakiongea kwa furaha kama wanaojuana sana kabla. Bwana mgeni, kumwona tu Hassan, alisema,

"Aah! Bila ya shaka huyu ndiye mjukuu wangu Hassan. Ama kweli. Miaka si kitu! Juzi hapo wewe mwenyewe Abdulla ulikuwa kitoto kabisa nikikubeba mabegani, na leo tazama! Umezaa na una mtoto mkubwa wa kuweza kuandikia kahawa! Alhamdulillahi si haba tumeishi!"

Baada ya kuamkia, Hassan aliambiwa na baba yake, "Jee unamjua ni nani bwana huyu? Huyu ni babu yako Mzee Juma. Yeye na babu yako walikuwa masahibu wakubwa. Nasi watoto tulimzoea sana na kumwona ni kama ndugu mdogo wa baba yetu. Ami Juma, sasa, yeye ndiye bawabu wa Tamasha."

Hapo Hassan alifurahi kimoyo moyo na kama alivyofikiri, Mzee Juma alipokuwa akiondoka alimwambia, "Jee Hassan baba, utakuja kutembea nyumbani? Njoo nitakuonyesha tausi wazuri tulionao Tamasha."

"Ah! Miye siwajui tausi – ninatamani sana niwaone. Nije lini kuwatazama babu Juma?" Aliuliza kwa hamu.

"Njoo siku yo yote uipendayo Hassan."

"Oh! Ahsante sana, ahsante sana babu." Hassan alijibu kwa furaha kubwa.

Kwa muda wa juma nzima ya mwanzo, Hassan na wazee wake walishughulika kuwapokea wageni ambao ni majirani zao. Walikuwa wakija kwa ajili ya kuwajulia hali na pia kuwakaribisha mtaani. Wengi katika hao wakijuana zamani na Abdulla na kwa hivyo hawakuwacha kuonyesha mapenzi na furaha ya kumwona amerejea tena miongoni mwao. Ama Hassan mwishowe alichoka kuandikia kahawa na kutazama sura za watu wazima tu kwa kila wakati. Mazungumzo hayana ladha kwake na ni yayo kwa yayo kwa kila ajaye. Alifahamu baadaye kwamba wengi katika hao walikuwa hawana watoto, na hao wachache wenye nao, si wa umri mdogo tena kama yeye. Ni kweli hakuwacha kutamani awe na mwenzake na yeye, alau mmoja tu.

Siku ile aliwaza sana na akamwambia baba yake "Baba, miye ninafikiri nende kesho kwa Mzee Juma, ninatamani kuwaona tausi, jee utanipa ruhusa?"

Lakini baba yake alimjibu, "Hassan mwanangu, miye sipendi wende Tamasha."

"Kwa nini baba?"

"Ah! Basi tu, moyo wangu ni mzito juu ya jumba lile. Ninahisi si nyumba ya kuendewa na watu kama sisi. Tena si kwa ajili ya hayo tu, bali nyumba ile mtu anaitamania nini hata kugusa kizingiti chake? Nyumba ya nuhsi – nyumba korofi, nyumba kama iliyolaaniwa, haishi mabalaa! Unajua kwamba inasemekana hata kwa kila mrithi anayerithi Tamasha lazima anuhusike?" Abdulla aliendelea kumsimulia mwanawe, "Hayo ni kweli, kwani Shekhe Mbarak alikufa vibaya kisimani aliposukumwa na mtumishi wake mwendawazimu? Tena huyu sasa Shekhe Ali – si naye amekwisha kuwa nusu ya mwendawazimu. Kwa majonzi ya mkewe, kila siku uchao anazidi kuwa ghadhibani na kwa sasa, nimesikia, amekuwa hapendi hata kumwona ye yote nyumbani yumo katika furaha! Ama kweli kama watu wasemavyo! Nyumba ile ni nzuri ya mkakasi tu. Ama ndani yake ni imejiinamia kama nyumba ya misiba ya maisha."

"Lakini baba tafadhali nakuomba uniachie nende japo mara moja tu." Hassan alishikilia.

"Nenda mwanangu ikiwa unatamani lakini usije ukalia kwa utakayoyakuta." Hassan alilala kwa hamu usiku ule.

Asubuhi, Hassan alikunywa chai yake haraka haraka na ndipo tena alimuaga mama yake kuendea Tamasha. Ah! Kwa hamu kuu. Njia nzima Hassan alikuwa akiwaza na kufikiri yepi atakayoyaona? Nini ataambiwa? Na nini atajibu?

Lakini mara alipoona anaikaribia Tamasha na hiyo hapo imemsimamia mbele ya macho yake, alianza kuingiwa na hofu. Aliona kama aendae ndani ya ngome ya vita, siyo nyumba kubwa tu ya kidesturi. Mahali pote palikuwa kimya methali kama hapaishi mtu karibu. Hapana sauti yo yote akiisikia isipokuwa sauti za ndege wachache waliokuwa wakiruka ruka mitini na labda na kishindo cha miguu yake na pumzi zake mwenyewe, ambazo kwa sasa akizisikia wazi wazi – zinapanda zikishuka moja baada ya moja mbio mbio. Kuta za bustani, kwa sasa akiziona ndefu mno na zenye imara ya kitisho kama kuta za gereza. Mawe yake makubwa meusi yaliyojengewa, aliyasawiri ni kama macho makali yanayomkodolea na kumjasusi katika kila mnyatio wake. Ghafula aliingia kiwewe na kutamani arudi mbio nyumbani. Lakini mara alisikia kikohozi cha mtu kwa karibu. Katika kuangaza angaza wapi kinatokea kikohozi hicho alijongea karibu ya lango kuu la chuma la bustani. Huku hofu imemjaa alichungulia taratibu baina ya vyuma akiangalia ndani. Lakini kabla hajaona cho chote, msauti mkubwa aliusikia ukitoka humo bustanini, "Wee! Nani hapo? Unataka nini?"

Hassan alisituka pakubwa kama aliyesikia mzinga na akatetemeka. Tena aliyatoa mabio bila ya kugeuka nyuma. Msauti ulimpigia kelele tena "Wee mtoto wee! Mbona unakimbia?" Baadaye ulisema "Mwizi huyo mkamateni! Mwizi huyo." Tena, "Ha! Ha! Ha!" ulikicheka.

Mradi Hassan hakusita, kila akimbiavyo aliona hafiki tu nyumbani kwao. Aliona haya ni mauti! 'Ama kweli asiyesikia la mkuu ....'

Hassan aliwaza, 'Laiti ningelimsikiliza baba ....'

Alifika nyumbani anahema kama mbwa. Mama yake alishangaa na akamwuliza, "Jee Hassan mwanangu, kimekusibu nini?"

Lakini Hassan alitahayari na akajibu, "Hapana kitu, mama. Sijamkuta Mzee Juma, na ndiyo kwa maana umeniona nimerudi mbio."

Siku nyingi zilipita na Hassan alizoea maisha yake mepya. Baba yake alipomwona hana mwenzake wala hana kazi maalumu ya kupitisha wakati, alimtia hamu ya kumfundisha kazi yake ya uhunzi. Kwa hivyo kidogo kidogo, Hassan aliifahamu kazi na akatokea kumsaidia sana baba yake.

Siku moja Mzee Juma aliwatokelea nyumbani. Na baada ya mazungumzo kidogo, Mzee Juma alimwomba Abdulla akawafanyie kazi ndogo huko Tamasha. Mzee Juma alimfahamisha kwamba baadhi ya milango ya mabanda ya farasi inahitaji kutengenezwa. Lakini Abdulla alikataa na akasema "Ila hilo utanisamehe ami, sipendi kuja Tamasha."

Bali Mzee Juma alimshikilia na kumwambia "Usisukume riziki yako, njoo ufanye kazi bwana, utalipwa pesa nyingi. Ama Shekhe Ali usidhani kwamba hata utamwona endapo hupendi kumwona."

Kwa hivyo Abdulla alikiri japo kwa moyo mzito. Hassan ilimlazimu na yeye afatane na baba yake ili akamsaidie, japo mwanzo alikataa sana.

Siku ile Mzee Juma alikuwa akiwangojea langoni na walipofika tu aliwachukua na kuwapitisha katika bustani kubwa kabisa yenye miti ya namna kwa namna na mimea ya maua ya kila rangi. Ama hilo jengo la Tamasha lilikuwa kati kati ya bustani, wakiliogopa hata kulitazama mara mbili kwa jinsi ya ukubwa na utukufu wake. Pole pole walilipita na kwendea upande wa nyuma penye mabanda ya farasi. Hapo tena Hassan, kwa bahati aliweza pia kuona matausi ambao aliokuwa akiwatamani kuwaona. Kiasi ya sita walijitupa tupa bustanini huku na huko. Kuna mbali waliochanua mikia yao na mbali wale waliokuwa wakitembea kwa ringo. Walikuwa ni kama vito thamini vya zumaradi, pambo la kupendeza na linalokwenda pamoja vizuri na jumba hili la ajabu. Upande mwengine njiwa weupe wa sanaa wakiruka ruka hewani na kupakunjua mahala pote. Kwa dakika, Hassan alifunguka moyo wake – akachangamka na kuisahau kidogo ile hofu aliyokuwa nayo punde hivi alipokuwa akiingia.

Mtu ambaye aliyekuwepo hapo bustanini akitilia maji, alipowaona aliwajongelea karibu. Na baada ya kusema kidogo na Abdulla alimwangalia vizuri Hassan usoni, na mara akasema, "Oh! wewe siye uliyekuja hapa siku ile! Ninazikumbuka vizuri sura zako. Hivyo ulikuwa ni wewe? Mtoto wa rafiki yetu?"

Tena alimgeukia Abdulla na akamwambia "Sikumjua kabisa kama ni mwanao. Na wala nilipomwuliza hakunijibu neno ila nilimwona anayatoa mabio tu. Nafikiri aliogopa."

"Alaa? Hivyo ndivyo ilivyokuwa?" Abdulla alimwuliza mwanawe, "Jee Hassan ulimwogopa nini Khamisi? Yeye ndiye mtazamaji wa bustani, naye ni pia rafiki yangu, huna haja ya kumwogopa tena – yeye ni kama baba yako tu."

Hapo Hassan aliona wasaa mkubwa wa roho yake na ukaregea kabisa woga aliokuwa nawo. Hassan na baba yake walianza kazi siku ile ile. Kitambo cha siku tatu tu walichofululiza kuja huku Tamasha, Hassan alijiona ni mwenyeji wa mahala na kupaonea raha. Asubuhi ile kabla hajaanza kazi, alipokuwa akizunguka

zunguka bustanini moyo wake ulimwambia akaitazame ile nyumba ndogo iliyopo pembeni mwa bustani, karibu na mwisho wa ukuta. Alijongea karibu na ghafula alisikia sauti ya mtoto mdogo ikitoka humo. Kwa bahati, madirisha ya nyumba yalikuwa mapana na yawazi, na kwa ajili ukuta ulikuwa mfupi aliweza kuchungulia ndani humo bila ya taabu. Humo aliona watoto wapatao sita, wane wanaume na wawili wanawake. Mtoto mmoja mwanamume alikuwa amesimama anasoma na wengineo wote wameinamia mabuku yao. Mwalimu alikuwepo mbele yao amekamata pia kitabu. Hassan alijibanza pembeni mwa dirisha na kuhisi raha mno kuiona skuli kwa mara ya mwanzo. Baadaye katika kila mapumziko yake Hassan alipendelea sana kuja hapa hapa na kuangalia vipi watoto wanavyosomeshwa. Hakuchoka kwa hayo bali zaidi aliona kila ajapo ilikizidi hamu yake ya kutamani na yeye asome. Kwa hivyo adhuhuri ile alipokuwa akirudi nyumbani na baba yake, alifikiri na akamwambia, "Baba kwa hisani yako nitie na miye skuli, ninatamani nijue kusoma."

"Ah mwanangu hapa hapana skuli kwa karibu. Ingelikuwa tunakaa mjini ningelikutia." Baba yake alijibu.

"Lakini baba, katika Tamasha ipo skuli nimeiona."

"Oh! Ile ni skuli ndogo ya mwenyewe Shekhe Ali. Kaiweka kusomeshewa watoto wa nyumbani pamoja na watoto wa watumishi wake tu."

"Basi baba, huwezi kunifanyia njia na mimi nikapata kusoma huko?"

"Njia gani nitakayoifanya mwanangu? Siwezi kujidhalilisha kwa mtu ambaye sina yakini nikimwomba jambo hilo hatonifukuza au kunihizi." Alizidi kumweleza mwanawe, "Hassan, miye ni maskini wa Mungu lakini si maskini wa mtu. Nina ari sana ya nafsi yangu."

Kwa hivyo Hassan hakuwa nalo la zaidi kumwambia. Bali alifahamu kwa maneno hayo baba yake harejeki tena nyuma.

Lakini Hassan aliendelea kwenda akichungulia skuli kama desturi yake. Na kwa wakati akijaribu pia kuchora chora juu ya karatasi yake yale yasomeshwayo. Siku ile, alipokuwa anahangaika kujaribu kuandika, ghafula akasikia sauti ya mwalimu ikimwambia, "Wee mtoto hapo, unafanya nini?"

Hassan alisituka na kwa hofu alimjibu "Sifanyi kitu."

"Hebu zunguka uje ndani huku." Mwalimu alimwamrisha.

Hassan alikwenda kwa woga. Alipofika ndani wanafunzi wote waliinuka na kumwangalia kama waliyoona jambo la ajabu. Huku wakinon'gonezana na kucheka.

Mwalimu alimwuliza, "Jee jina lako nani?"

"Hassan, bwana." Alimjibu.

"Jee Hassan huchoki kuja kujibanza dirishani?"

Hassan alistaajabu kwa maneno hayo. 'Oh hivyo siku zote hizi ameniona na hakunifukuza?' Aliwaza.

Tena mwalimu alisema, "Ninakuona sasa unajifunza hata kuandika. Jee unapenda sana kujifunza?"

Hapo Hassan alijiona anamwitikia kwa kichwa mbio mbio.

"Basi ni vizuri sana Hassan. Kwani wewe hujendapo bado skuli? Kwa nini?"

Na kwa sauti aliyokuwa akimwulizia ilimfahamisha Hassan kwamba bwana mwalimu ni mtu mwema. 'Nani anajua? Labda ataweza kunisaidia?' Hassan alijiambia.

Kwa hivyo alijibu "Sijendapo skuli maisha yangu, bwana."

Mwalimu alitikisa kichwa kidogo kwa masikitiko na akamwambia, "Jee una hamu kubwa ya kujifunza?"

"Nina hamu kubwa bwana." Hassan alijibu kwa ufupi na furaha.

Tena mwalimu alimwuliza masuala mengineyo kama vile – vipi alifika hapo? nani baba yako? na kama hayo. Baada ya Hassan kumwelezea yote hayo mwalimu alionesha amependezewa sana naye. Alimpigapiga mabegani na kumwambia, "Hassan ni hasara endapo hutopata fursa ya kujifunza. Lakini Inshalla nitaonana na baba yako na nitafanya kila njia ya kukusaidia uje kusoma katika skuli hii hii."

Hassan alifurahi pasina kiasi wala hakujua lipi zuri zaidi la kusema ila "Ahsante sana bwana, ahsante sana." Tena aliyatoa mabio mpaka kwa baba yake na kumwelezea yote. Baba alisema, "Kheri ni apendayo Mungu."

Siku ya pili mwalimu alimjia Abdulla. Baada ya kitambo cha kujuana, mwalimu alimwelezea kwamba atafurahi sana endapo atamwacha amsomeshe Hassan. Lakini Abdulla alimjibu "Ndiyo bwana miye sikatai hayo, lakini wapi utamsomeshea? Ikiwa utamsomeshea katika skuli ya Shekhe Ali Mbarak, jee mwenyewe bwana mkubwa ndiyo amekiri hayo?"

"Oh! Ndiyo amekubali hayo. Jana alasiri nilimwendea juu na kumwomba aniruhusu nimsomeshe mwanafunzi mmoja zaidi – mtoto wa rafiki yangu nimemwambia."

Kwa hivyo Abdulla alisema, "Ikiwa mwenyewe hakukukataza kumsomesha mtoto wangu, basi miye sina neno. Ninakushukuru sana bwana kwa msaada wako. Inshalla Mungu atakujaza nawe kheri."

Hassan alianza kusoma skuli ya Tamasha. Ni kweli ilikuwa ni siku kubwa katika maisha yake, siku ile. Furaha ya kujiona amekaa katika deski kama mtoto ye yote yule mwengine wa skuli, alijiona kama mfalme aliyekaa juu ya kiti cha enzi kwa mara ya mwanzo. Labda hakumbuki yaliyo muhimu tu, bali yote na hata lile dogo kabisa lililotokea siku ile. Baada ya mwalimu kumwambia wapi akakae, aliwapita wenzake ambao waliokuwa wakimtazama sana. Alihisi damu imoto usoni, na katika kubabaika hakuangalia ardhi vizuri, aliukanyaga mguu wa mwanafunzi mmoja ambao aliounyosha kati ya njia na ah! Hassan alianguka. Hapo tena mwanafunzi huyo huyo ambaye aliyekuwa wa kiume na mkubwa wa kiwiliwili kuliko wanafunzi wote, alicheka kwa sauti kubwa na wenzake wakamfuata. Lakini mtoto mmoja wa kike ambaye hakuchanganyika katika kicheko chao aliwaguna kwa hamaki, tena akainama kumsaidia Hassan kuokota vitabu vyake alivyoanguka navyo. Hassan alipomshukuru hakujibu neno bali alimtazama kwa macho ya huruma na kumpa tabasamu ya urafiki. 'Alau yupo mmoja miongoni mwao aliyenipokea na kunikubali.' Hassan aliwaza na kushusha pumzi kidogo.

Bila ya shaka haikuwa ni taabu kwa Hassan kujuana na mtoto huyo. Kwani siku ile ile kati ya mapumziko yeye mwenyewe alimjia na kujijulisha.

"Jina langu Huda. Jee umeipenda skuli yetu?"

Baada ya maongezi machache alifahamu pia kwamba Huda – kumbe ni mtoto wa mwenyewe Shekhe Ali! Huda alikuwa ni wa umri wa kiasi ya miaka kumi. Mrefu wa kiwiliwili na mwembamba sana. Katika kitu muhimu usoni mwake labda yalikuwa ni macho yake tu. Macho yanayoelezea wazi wazi hisio za ndani na ambayo yanayoweza kumvuta mtu kuyachungua. Abudu ambaye ndiye aliyemuangusha Hassan, alikuwa ni mtoto wa mama mkubwa wa Huda. Wazee wake walimpa Shekhe Ali tangu alipokuwa mdogo wa miaka mitano na akawepo hapo Tamasha kwa ajili ya masomo. Abudu kwa hapo alikuwa ni wa umri wa miaka kumi na nne. Mrefu na mnene wa utepe tepe. Uso wake mweupe ulikuwa ni wa duara ya mbaamwezi na macho yake ni madogo yasiyokuwa na rangi ya maalumu inayofahamika. Abudu akistarehe sana kuchokoza chokoza wenzake. Na kwa ajili wanafunzi wote walikuwa wadogo na dhaifu mno mbele yake, wakimwogopa kama simba. Isipokuwa Huda tu, hakimjali. Wanafunzi wane wengineo walikuwa ni watoto wa watumishi wa Tamasha. Hassan upesi aliyajua yote hayo, naye pia hakuacha kutaabika katika siku zake za mwanzo. Alikuwa ni mgeni wa mahala na pia ni mchache wa maarifa ya maisha ya kiskuli. Mara nyingi ulitokeza ujinga wake na kumpa fursa Abudu na wafuasi wake kumtashititi na kumcheka. Kwa hivyo aghalabu alikuwa anaona unyonge na dhiki. Lakini juu ya yote hayo, Hassan hakuvunjika moyo kwa masomo. Kwani kila walipokimcheka, yeye alipanda ari na kuwa nayo hamu zaidi ya kutaka kujifunza. Aliwacha machezo yote aliyokuwa nayo na akawa skuli na nyumbani anajitahidi. Kwa muda wa miezi mitatu aliweza kuwaonyesha wote kwamba masomo yanamuelea mbio mbio. Tena kidogo kidogo hata tashititi na vicheko vya Abudu vilipungua. Mwalimu pia alitokea kumpenda na kumshughulikia. Lakini labda yote hayo yalizidi kumkera Abudu. Kwani kwa sasa mtindo wake mkubwa nje ya skuli, uligeuka kwa kumdharau nguvu zake Hassan. Mara ngapi alimtaka Hassan apigane naye magumi, lakini ilivyokuwa Hassan akijitahadhari na hayo, Abudu akimcheka sana na kumtukana ovyo.

Siku moja Abudu alimlazimisha Hassan ashindane naye mbio. Walipokuwa wakishindana, Abudu ambaye mwanzo alikuwa kidogo ametangulia, ghafula alianguka kifudifudi. Ah! Alianguka juu ya kiziwa hasa cha tope! Na alipoinuka alikuwa ametapakaa tope tangu kichwa mpaka miguu. Kwa dakika watoto wote waliomkusanyikia hapo walidawaa tu wakimwangalia. Lakini mara kilipotoka kicheko kikali cha furaha cha Huda ni kweli hapakubaki aliyeweza kujizuia tena kutocheka. Kwa umoja wao waliangua vicheko na hawakunyamaza ila baada ya Abudu alipowapiga ukali na kuwatukana. Tena Abudu aliliokota ganda la ndizi na akamwambia Huda, "Ni wewe uliyonitupia ganda hili makusudi nianguke. Kwani wewe ndiye pale ukila ndizi."

Lakini Huda aliendelea na kumcheka tu wala hakujali kumjibu lo lote. Hapo Abudu alizidi ghadhabu zake na akawa anaropokwa na maneno ambayo yaliyokuwa hayasikilizani kwa kelele za kicheko cha Huda. Mwishowe Abudu alimgeukia Hassan na akamwambia, "Ipo siku nami nitakuonyesha, subiri. Hayo majivuno yako yatakutoka, mpumbavu mkubwa."

Hassan alistaajabu na akawaza, 'Hayo mambo tena! Ama kweli 'kamba hukatikia pa bovu'.'

Kwa ajili mwalimu alifurahi kwa matokeo mazuri ya mtihani alipenda awafurahishe pia wanafunzi wake. Kabla ya kufungwa skuli, alasiri moja aliwaalika karamu ndogo. Ilikuwa ni mara ya mwanzo kwa Hassan kualikwa shughuli. Kwa hivyo kwa furaha na hamu aliyokuwa nayo alimtia hamu pia mama yake kumtengenezea mavazi mepya na kumwekea tayari siku mbili mbele. Hassan alipofika tu karamuni alikabiliwa na Abudu. Baada ya kumwangalia tangu kichwa mpaka miguu, alitoa cheko lake baya kama mlio wa punda. Alimcheka, alimcheka, tena akawaita watoto wote na kuwaambia "Jamani maso maso bwana arusi mumemwona? Leo mambo jamani! Hassan kajipamba sijui kaazima wapi nguo hizi!" Watoto wote walimzunguka Hassan na kumwangalia kama kiroja na huku wakicheka cheka pia. Lakini Huda alitokea na akajibu "Ndio, tumemwona bwana arusi na bi arusi wake siye wewe Abudu?"

Hapo Abudu kilimwisha kicheko na akanena kwa ukali, "Huda! Shika adabu yako. Usiniambie miye maneno namna hayo baada ya leo."

"Nitakwambia kila litakalo kuudhi au wacha ukhabithi wako wa kuwaonea bure wenzako, kwa kila wakati."

"Ndio nitawaonea. Wewe imekuhusu nini kujiingiza kati? Hassan

64

hajakuhusu ndewe wala sikio. Au niseme umehusiana naye huyu lofa – mhuni – mpumbavu aliyekuja kwetu kudoea?"

Oh! Hapo Hassan hakujifahamu tena. Alimrukia Abudu akamvamia shingoni. Tena magumi yalianguka. Ijapokuwa Hassan aliwahi kumpiga ngumi mbili, lakini Abudu aliyekuwa mkubwa sana kwake alimtupa chini mwishowe. Tena alizirarua nguo zake mpya tangu juu mpaka chini. Isitoshe hayo tu, alimnyan'ganya mtoto mmoja chupa ya soda na akammiminia kichwani mwake Hassan. Nguo zote ziligeuka mararu, nywele zake ziliroa kwa soda na mwili wote wa Hassan ulilegea kwa makonde na mateke.

Huda alijongea karibu yake na kumsaidia kuinuka. Lakini Hassan hakuwa na moyo tena wa kuwepo hapo. Alirejea kwao.

Hassan hakuweza kuisahau siku hiyo kwa unyonge aliouona, alitamani afe na asizione tena nyuso za wenzake wote. Alipofika nyumbani na kumwona mama yake hakuweza kustahamili bali alilia kwa sauti mpaka mama yake alitokwa na machozi. Wazee wake wote wawili waliathirika kwa hayo yaliyomsibu na wakamuwafiki aliposema, "Sitaki tena kwenda skuli."

Alasiri ya siku ya pili, Hassan alipokuwa ameshughulika kufunga pembea uwani, kwa mbali alimwona Huda anakujia upande wao. Aliziwacha kamba na akajongea penye kikuta akimwangalia Huda anavyokuja. Mwendo wake, akiruka ruka kama aliye na furaha na huku mikia ya nywele zake alizosuka ikiruka pamoja naye. Kwa dakika Hassan alimshabihisha na kumwona kama kisanamu kilichotiwa ufunguo na kucheza. Hassan alihisi furaha moyoni mwake na akawa anacheka kidogo peke yake. Tena alimpigia kelele na mbio alimkimbilia kumpokea.

Huda alimwambia, "Tazama Hassan! mwalimu amenipa nini nikuletee!"

Alipotazama aliona ni kitabu cha hadithi. Tena Huda alisema, "Hassan, kwa nini leo asubuhi siku ya kufungwa skuli hukuja? Hata mwalimu amestaajabu."

"Kwani yeye mwalimu hajui yaliyotokea jana?"

"Sidhani. Kwa sababu hata miye jana niliondoka pale pale – sikungojea karamu." Huda aliendelea "Lakini Hassan niambie la kweli kwa nini leo hukuja skuli? Au ndio umehamaki na sisi sote?"

"Sikuhamaki na nyote. Lakini miye ni basi tena kuja skuli. Sitaki tena skuli."

"Ah Hassan! kwa ihsani yako usiache skuli. Skuli ile siyo ya Abudu. Hujui namna gani ninavyomchukia yule tujo Abudu!"

Hapo mama yake Hassan alitokea. Kwa muda wa kujuana tu, Huda aliongea naye kama anayemjua tangu zamani. Huda aliikagua nyumba yote na huku akiuliza masuala elfu. Tena baba yake Hassan alipokuja, walikusanyika wote wane pamoja na wakanywa chai nzuri na mkate wa mayai. Kabla ya kiza kuingia Huda aliagana akawakumbatia na kuwabusu mama na baba yake Hassan. Baadaye alimwomba Hassan akamfikishe kwao. Alipokuwa anawapungia mkono wazee wa Hassan, Huda alisema, "Hassan, laiti miye ningelikuwa ni wewe. Nafikiri ningelikuwa sinalo jengine la kulitamani."

"Kwa nini?" Hassan aliuliza.

"Kwa sababu una wapenzi wawili wazuri kabisa katika dunia – mama na baba. Na oh! hata nyumba yenu nimeipenda sana! Laiti ningeliishi maisha."

Hapo Hassan alishangaa na akamwambia "Lakini Huda na wewe unaye baba, ijapokuwa mama yako amekufa. Tena nyumba yetu ni nyumba gani ukiilinganisha kwa uzuri na utukufu wa jumba lenu la Tamasha?"

"Uzuri na utukufu?" Huda alinena, "Uzuri na utukufu! Ndiyo nini hicho? Mbona sifahamu maneno yako." Tena Huda mara aligeuza maneno yake na akamwambia,

"Kweli Hassan – hebu nifuate huku mara moja."

Aliiacha njia inayoelekea Tamasha na akashika njia nyembamba kushotoni mwake. Si muda mrefu mara walitokea mahala penye kichaka kidogo cha miti ya mikunazi mikubwa. Matawi ya mikunazi kwa juu yalivyotawanyika na kushikamana yote pamoja, yakionesha kama kwamba ni mwavuli mmoja mkubwa uliyotia kivuli mahala hapo pote. Ilivyokuwa mwangaza wa jua ulishindwa kupenya baina yake, mahala palikuwa ni kiza kiza na pamejiinamia kwa njia geni kabisa. Unyevu na ubaridi ulienea pote na ghafula Hassan aliona raha kwa kuburudika kidogo na joto alilotoka nalo nje hapo kabla. Huda alimwongoza zaidi ndani na mara aligeuka nyuma na akamwambia, "Hassan unajua nataka kukuonyesha nini? Nataka kukuonyesha kaburi la mama yangu. Unaliona? Hili hapa!"

Hapo Hassan alijongea kuliangalia kaburi lililojengwa kwa marmari nyeupe na kwa umbo zuri kabisa. Waliinama pamoja na kutazama maandishi ya hati nzuri mno yaliyoandikwa. Huda aliyasoma kwa sauti na kabla hajamaliza aligeuza uso wake uliyombadilika rangi ghafula na akamvuta mkoni Hassan, wakaondoka. Tena akasema, "Kila nikiwa sina la kufanya nyumbani ninakuja hapa."

Alisita kidogo na huku macho yake yakitazama mbali usoni, baadaye alisema kama ajiambiaye mwenyewe, "Ndiyo, ninapenda kuja kuongea na mama yangu."

"Oh! unakuja kuongea na kaburi?"

Lakini Huda hakujibu ila alimeza mate kwa nguvu kooni na akasema, "Hassan, njoo nikuonyeshe mayungi yungi meupe mazuri."

Hassan alimfuata hatua mbili tatu na wakatokea mahala penye

ziwa dogo la maji, lililojaa mayungi yungi. Pembeni palikuwa na nyumba ndogo ya mbao mbovu mbovu kwa sasa na pia kikao cha chuma cha kukalia. Walipumzika hapo kwa dakika wakiyaangalia mayungi yungi mbele yao. Hassan naye alipapenda sana mahala hapo. Palizungukwa na miti ya maua ya kunukia, milangilangi, mishambeli na hata miasumini afu. Ardhi yote ilikuwa ni kama iliyotandikwa zulia la maua kwa ajili ya yale maua yapukutikayo mitini kwa kila dakika. Hewa ilikuwa ni nzito bali ya starehe kwa harufu nzuri ya maua yote hayo. Palikuwa ni mahala panaonesha dhahiri kwamba palikuwa pakitazamwa kabla. Kwa kila mti na hata jiwe lilikaa mahala pake kwa kupendeza mno.

Huda alimwambia, "Unapaona mahala hapa? Hapa ndipo nasikia mama na baba yangu wakipenda sana kuja kila alasiri kutembea." Huda aliendelea kueleza, "Mama yangu akikipenda sana kile kibanda cha mbao kuliko jumba lake la Tamasha. Nimesikia kuwa hata alipokuwa anakufa alimuomba baba asimzike katika bustani ya Tamasha, kama wazee wetu wengine. Bali azikwe huku mahala ambapo alipopitisha siku zake chache za furaha katika maisha yake mafupi."

Huda alipoinama na huku amekamata kijiti akikichomachoma ndani ya udongo laini, alisita kidogo tena akanena pole pole, "Ipo siku na miye nitakuja kustarehe hapa hapa."

Hassan hakujua nini hasa amwambie ila alimtazama kwa mastaajabu kidogo na akawaza, maskini Huda, kwa nini tabia zake si za kawaida ya kitoto? Alimstaajabisha kwani kwa hapo Huda uso wake wote ulimbadilika kwa hisiya za ndani na akamwona kama mwanamke kamili aliyezongwa zongwa na misukosuko ya ulimwengu. Macho yake yalitanda kiwingu cha huzuni bali kwa hapo yalidhihirisha zaidi kwa kung'ara kwa maji maji – machozi yasiyompukutika.

Hassan alimwonea huruma na akajiona ana hamu ya kumwuliza masuala mengi bali hakujua vipi aanze. Lakini Huda mara alibadili sauti na akanena chapu chapu.

"Hassan, njoo kesho alasiri tucheze hapa kwa ihsani yako, Abudu kesha ondoka leo kwenda kwa mama yake, na hatarudi mpaka ifunguliwe skuli."

"Vyema Huda nitakuja." Hassan alijibu bila ya kufikiri sana.

Hassan na Huda walipitisha alasiri nyingi baadaye katika mahali hapo wapapendapo. Walikuwa wakifurahi mno tangu wanapofika mpaka wanapoondoka. Mara nyingi wakicheza 'mchezo wa kujificha' pembeni mwa miti miti au mara nyingine wakijaribu kuyachuma mayungi yungi ziwani na kushindana 'nani hodari aliyoyapata mengi?'

Katika mchezo huo wa mayungi yungi, siku moja Huda alipokuwa akilikata yungi yungi moja ambalo lililokuwa mbali kidogo naye, aliteleza majini na akaanguka. Salama Hassan alimwahi haraka na akaweza kumvuta ukingoni. Lakini wote wawili waliroa maji chapa chapa nguo zao zote. Oh! Baadaye waliona ni dhihaka kubwa iliyotokea kwani baada ya kutazamana tu walianza kucheka pasina kiasi. Huda, nywele zake refu zilivyoroa zilinyoka kabisa na kugandana gandana pamoja pamoja kama tambi. Alizidi kuonekana king'onda pamoja na nguo zake maji zilizomganda ganda mwilini.

Huda aligaragara juu ya nyasi akijaribu kujikausha nguo zake na huku hana mbavu kwa kucheka. Alimwambia "Hassan ama leo sitoisahau. Nilifikiri nitazama tu. Lakini oh Hassan! Tazama unavyochekesha! Umekuwa kama kuku uliyotiwa maji, unatetemeka kwa baridi." Na mara kati ya kicheko chake Huda alinena kwa ufupi, "Hassan usiache kuja skuli, karibu itafunguliwa."

"Siji." Hassan alimjibu bila ya kusita.

"Tafadhali nakuomba Hassan au nitakununia maisha."

Hassan alimkatalia tena na mara hii Huda alinena kwa sauti ya unyonge, "Bora na miye nife kama mama yangu."

"Oh! vibaya hivyo! Usiseme maneno hayo. Mtu hajiapizi maovu kwani baadaye Malaika akipita na akaitikia 'Amin', basi unajua Huda? Maapizo ni hutukia kweli." Hassan alimkataza.

"Bora itokee kweli." Huda alijibu kwa sauti madhubuti.

'Ah ya Rabbi! Kwa nini furaha ya Huda daima haiendelei?' Hassan alistaajabu tena, akijiuliza kimoyo moyo, lakini mara alijiona amepata moyo na akamwuliza mwenyewe, "Huda! kwa nini unajiapiza kufa? Jambo gani linalokughasi duniani? Hebu sema."

Huda aliinama chini kwa kitambo tena alimwangalia Hassan vizuri usoni na akasema, "Sijui jambo gani. Lakini haidhuru Hassan, hebu nitolee hadithi ya kuchekesha kama uliyonitolea jana."

"Sina hadithi kwa leo." Hassan alimjibu. "Lazima kwanza niambie niliyokuuliza." Kwa kitambo Huda alinyamaa na kwa nguvu alikirusha ziwani kijiwe alichokuwa akikichezea chezea mkononi na akanena, "Baba yangu hanipendi."

"Baba yako hakupendi? Haiwezi kuwa Huda. Hapana baba asiyempenda mtoto wake."

"Ndio, baba yangu hanipendi."

"Kwa sababu gani basi?" Hassan alimwuliza.

"Sababu siijui lakini kama husadiki tazama ....
............"

Hapo mara Huda alifungua vifungo vya nyuma ya kanzu yake. Hassan alisituka na kushangaa kwa kuona alama za zambarau zilizomtapakaa katika mgongo wake uliyochomoza mafupa.

"Ni alama za nini hizi Huda?"

"Hizo ni fimbo za baba yangu anazonipiga karibu siku zote."

"Fimbo za baba yako!" Hassan alistaajabu pakubwa akamwuliza "Unafanya makosa gani?"

"Makosa yangu makubwa ni kutozowea kusema kwa kunon'gona au kwenda kwa mnyatio ndani ya nyumba." Aliendelea kumwelezea, "Oh ndiyo Hassan baba hanipendi, hawezi kuisikia hata sauti yangu kwani mara humpandisha hamaki na akaniita kunipiga."

"Haiwezi kuwa Huda, baba yo yote lazima anampenda mwanawe." Hassan hakuweza kusadiki upesi.

"Ikiwa baba yangu ananipenda basi kwa nini baba hajapata hata kuongea au kucheka nami mtoto wake? Miye ninajua ananichukia tu kwani hata Mzee Juma aliwahi kunihadithia kwamba baba hakuwa hivi kabla. Alikuwa mwingi wa bashashi zamani, lakini tangu alipofiwa na mama amebadilika tabia zake. Baba na mama wakipendana mno na kwa ajili mama alikufa kwa uzazi wa kuzaliwa mimi, nimesikia baba hakuweza kuniona mpaka nilipofika miezi mitatu. Umri wangu wote wa udogoni nilikuwa nikilelewa na mayaya wepya kila siku ambao kwa sasa hata siwakumbuki tena hata mmoja katika wao. Na baba yangu namna gani ninavyompenda lakini ah! sifahamu kuwa pamoja naye hata kwa nusu saa." Huda alimaliza maneno yake kwa kunena, "Ah Hassan namna gani ninavyotamani na miye niwe na baba kama wa wenzangu. Baba wa kuzungumza na kucheza naye. Lakini ah licha wa kucheza naye, miye sithubutu hata kufungua mdomo mbele yake kwa jinsi ninavyomwogopa. Na ndio Hassan ninaona taabu sana kukaa peke yangu chumbani kwa kila wakati. Ni kweli yupo Abudu nyumbani lakini oh! Abudu namna gani ninavyomchukia! Siwezi kumstahamili hata kwa nusu dakika. Sizipendi tabia zake hata kidogo. Ingawaje, yeye ndiye fatani anayenisaliti kwa baba mara nyingi." Na hapo Huda machozi yalimjaa machoni na akanena, "Wewe Hassan ndiye rafiki wa mwanzo katika maisha yangu. Daima sijapata kufurahi kama hivi sasa. Alau ninahisi nina mwenzangu. Hassan tafadhali rejea skuli."

"Vyema Huda nitarejea skuli kwa ajili yako." Alijiona anamjibu bila ya wasiwasi. Mara uso wa Huda ulifunguka kwa nuru ya furaha kama anga la jua kati ya siku ya mawingu. Waliinuka na wakacheza foliti.

Skuli ilifunguliwa na wanafunzi wote walihudhuria. Katika mwezi mmoja waliotawanyika hapakuwa lililobadilika isipokuwa labda ni Abudu tu. Alizidi kuwa mnene na kwa sasa suruwali zake zote zikimbana mno kiunoni. Ushari ulimzidi na pia uroho. Kila alacho hakimshibishi na baada ya hayo amwonapo mwenzake ana japo punje ya chakula mkononi humnyan'ganya kwa nguvu na akavamia yeye. Wenzake wote kwa sasa walikuwa wakimchukia hata kucheza naye. Na Huda ndiye alizidi. Kwa sasa alikuwa hamwiti kwa jina lake bali ni "Wee kitembo" tu. Abudu alikuwa akighadhibika bila ya kiasi kwa hayo, lakini hakuweza kumzuia.

Mwisho wa juma kama desturi Abudu alikwenda kwa wazee wake. Ama Huda na Hassan waliagana wakutane kucheza pale ziwani.

Mnamo adhuhuri walipokuwa pamoja kule wakijaribu kutengeneza mashua ndogo ndogo kwa vijiti na karatasi, ghafula walisikia kelele, "Huda, Huda, uko wapi wewe?" Walipigwa na mshangao wakatazamana. Ilikuwa ni sauti ya Abudu na mara huyo aliwatokelea. Ameroa majasho anahema. "Nimekutafuta sana nyumbani sijakuona. Oh! kumbe upo huku?" Abudu alimwambia Huda "Gari imepasuka mpira na Mzee Juma kaona bora turejee." Na alipoangaza akamwona Hassan alistaajabu. "Oh! na vipi huyu Hassan yupo hapa na wewe? Wawili wenu tu? Mambo makubwa haya!!" "Kwa nini yakawa makubwa?" Huda alimwuliza.

"Si makubwa? Bila ya shaka ni makubwa. Vipi wewe mtoto mwanamke unacheza na mtoto mwanamume peke yenu? Umeona wapi hayo?"

"Hata ikiwa sijapata kuyaona, pana vibaya gani? Hassan ni rafiki yangu kama rafiki yangu ye yote mwengine mwanamke. Basi pana zaidi nini endapo tukicheza peke yetu au na wenzetu? Yote si mamoja?"

"Mamoja? Utaona kama ni mamoja. Ngojea nikamwelezee Ami ni hapo utajua nini 'kilichomtoa kanga manyoa.' Ama huyo mbwa koko wako ataikiuka Tamasha aione paa tu. Labda si miye Abudu ninaejulikana kwa jina langu."

"Jina lako nani? Jina lako ni kitembo tu. Wewe ndiye mbwa, muovu wa vitendo na hata fikira zako chafu. Niondokelee machoni mwangu." Huda alimjibu.

Mwalimu aliwangojea wanafunzi wote kwenda zao adhuhuri ile lakini alimzuia Hassan. Ilikuwa ni taabu kidogo kwa mwalimu hajui aanze vipi maneno yake lakini kwa sauti ya huzuni mwishowe alimwambia, "Hassan, ninasikitika kukwambia kwamba usije tena skuli."

"Nisije skuli? Kwa nini?" Hassan alishangaa.

"Ndio usije tena skuli. Mwenyewe Shekhe Ali Mbarak hataki tena uwepo hapa wala hata uiguse Tamasha."

"Nimefanya nini?" Aliuliza kwa unyonge.

"Sijui umefanya nini. Bali leo asubuhi nilipokwenda kumwamkia Bwana Ali, nilimwona ameghadhibika sana. Kwa uso wa hamaki aliniambia, 'Nassor! Nataka umfukuze yule mwanafunzi mpya uliyomleta wewe, kwa haraka hii leo, sitaki aiguse tena nyumba yangu.' Na ililvyokuwa yeye si mtu wa kuweza kuulizika au

kubishana naye, sikuweza kuthubutu kuongeza langu." Mwalimu
Nassor aliendelea kunena, "Hakika nasikitika sana sana kwa haya
yaliyotokea. Najua wewe huna dhambi yo yote, lakini sijui kwa nini
hasa. Miye nitakutafutia mahala pengine pa kusoma, usivunjike
moyo. Nitakuja kwa baba yako na tutatengeneza mipango."

Hassan alimfikiri Abudu na Oh! alimchukia sana. Alijua hapana
aliyemchimbia kisima hicho ila ni yeye tu. Alihisi maonevu
makubwa kabisa na mwisho wa mawazo alijipa ahadi nafsi yake
na kujiambia, 'Lazima iwepo siku nami ya kumwonyesha huyu
Abudu na wote kwamba miye siye Hassan wa kuonewa au
kudharauliwa bure. Abudu ambaye daima heshi kunivunja na
kuniharibia furaha zangu ipo siku nami nitamwonyesha kwamba
mimi ni bwana wa kuheshimiwa zaidi kuliko yeye.'

Azma kubwa ya Hassan ya kuendelea na masomo ilimshajiisha
baba yake, na mwalimu Nassor kumtengenezea mipango haraka
haraka. Alihamishwa mjini kwa kukaa pamoja na ndugu wa
mwalimu Nassor na huku akipata kuhudhuria skuli kubwa ya
huko. Oh! Hassan alidhamiria kusoma sasa zaidi mno kuliko
kabla. Katika sehemu ya maisha yake haya, na kweli hapakuwa
na lo lote jengine la kumshughulisha isipokuwa masomo yake
tu. Miezi na pia miaka ilipita, naye kila uchao alizidi hamu na
jitihada. Mafunzo ndiyo yalikuwa yake na alitokea kupendwa na
walimu na hata wanafunzi wenzake. Namna gani baba na mama
yake walivyokuwa wakifurahi na kutafakhari juu ya natija zake za
skuli. Lakini ole masikini hasara ilioje! Wazee wake hawakuishi
kumwona mtoto wao amemaliza masomo. Mama yake ndiye
alitangulia mwanzo na baada ya miezi minane na baba alifwatia.
Hassan alihuzunika kabisa kwa msiba huo hasa ilivyokuwa ni
bado miezi michache tu ya yeye kumaliza masomo.

Baada ya kifo cha baba yake kwa kitambo, Hassan alistaajabu
sana kupata barua itokayo kwa Shekhe Ali Mbarak. Barua

ilimuarifu kwamba Shekhe Ali atapenda sana kuonana naye kwa haraka juu ya jambo maalum. Hassan aliwaza sana usiku ule na ingawa aliona uzito sana kuitika mwito huo lakini mwishowe aliona bora akasikilize.

'Ah! tofauti ilioje!' Hassan alijiambia kati kati ya njia 'Baina ya siku ile yangu ya mwanzo nilipokuwa nikija huku Tamasha na hii leo!'

Leo alijiona anaiongoza njia kwa hatuwa kubwa kubwa za nguvu na kwa moyo madhubuti usiokuwa na hofu ye yote. Ah ndio, alikuwa miaka ishirini na mitatu. Mrefu wa kimo, mpana wa kiwiliwili, mwingi wa siha na pia ndio mwanamume kamili mwenye sura jamili za kupendeza kabisa. Hisiyo ya furaha ilimpitilia alipokumbuka hayo na akajiona amekaza zaidi mwendo.

Ilikuwa ni karibu ya magharibi japo bado kiza hakijaingia hasa alipowasili Tamasha.

'Leo ninaingia nyumba hii ndani kwa mara ya mwanzo na oh! kwa mlango wa mbele.' Hassan aliwaza akicheka checka kwa siri, alipokuwa akipiga kengele ya mlango. Baada ya kungojea kwa dakika chache na huku akiangaza angaza ndani baina ya viyoo vya milangoni, aliona kivuli cha mtu aliyevaa nguo za kibuluu anamjia na tena mlango ulifunguliwa. Kijana mwanamke alimsimamia mbele yake na Oh! mzuri kabisa kabisa. Macho yake! Nywele zake! Rangi yake! Pamoja na umbo lake lote ni johari adimu!

'Oh! hili ni yange yange la Peponi, si mwanaadamu!' Hassan aliwaza. Alibabaika na uso wote uliwiva kwa damu ya ghafula akitahayari hajui aanze nini.

Lakini mara kibibi kilimwokoa alipomwambia, "Karibu Hassan. Tafadhali pita ndani unangojewa."

Bali kabla hajawahi naye kutamka lo lote, Abudu aliwatokelea. Hapo kijana huyo wa kike aliinama macho yake chini na kwa haraka au zaidi kwa hofu aligeuka upesi kwenda zake.

Abudu ambaye hakubadilika sana sura zake isipokuwa tambo lake tu lililozidi kwa marefu na pia kwa mapana kwa ajili ya tumbo lake kubwa lililolotangulia mbele, Hassan upesi alimtambua. Alisituka kidogo alipouona ghafula uso wake wenye ngozi kwa sasa, kama kiwanda cha mayai na masharubu yaliyokuwa kama makape ya mahindi yamesitawi vizuri mpaka mashavuni mwake. Macho yalizidi kuingia ndani kama zabibu mbili juu ya mkate wa bofulo wa duara. Hassan alistaghfiru kimoyo-moyo na hakuweza kumtazama zaidi kiumbe huyu. Abudu alimshikia kiuno na kwa sauti ya kijabari alimwambia, "Oh umekuja Hassan, njoo huku ndani."

Hassan aliongozwa chumbani na huko kwa mara ya mwanzo alionana na Bwana Ali Mbarak. Alimjongelea kumwamkia, lakini bila ya tabasamu Bwana Ali alimwitikia kwa kichwa na akamwashiria kwa kidole akae juu ya kiti kilichokuwa karibu naye. Bwana Ali alikuwa ni mtu wa umri apatao miaka khamsini. Ni mwenye siha nzuri, mrefu na mpana wa kiwiliwili. Mvi ndizo zilimjaa kichwani na pia ndevuni mwake hata ni taabu kuonekana unywele mweusi. Alikuwa nazo sura za heba bali pia za kitisho. Kipaji chake kilichojaa alama za mikunjo iliyopiga vibaya vibaya kilikuwa kama kiwanja cha matandu. Macho yake madogo yaliyokuwa karibu karibu pamoja baina ya pua yake refu ya mbono yakin'gara kama ya nyoka. Yakimtazama Hassan tangu kichwa mpaka miguu hata Hassan akajihisi dhalili kama kidudu kichafu mbele yao.

'Ama kweli, Shekhe Ali alivyo namna yake ni sawa sawa na hii baraza yake.' Hassan aliwaza moyoni. Ijapo baraza ilikuwa imetandikwa kwa kila matandiko ya thamani na fahari kila kipembe lakini nafsi ya hewa ilikuwa inanuka dhiki na ubaridi. Ingawa kiza cha magharibi kilikuwa kimeshatanda ndani, lakini hapakuwepo nuru katika mathuraya yote yaliyokinin'giniya isipokuwa nuru ya taa moja ndogo ya kusomea iliyokuwepo juu ya meza kuliani kwa Bwana Ali mwenyewe. Kwa dakika za mwanzo Hassan alihisi kibaridi chembamba kinamtambalia mwilini na akajihisi kama yupo katika handaki.

Abudu alianza mazungumzo yake thakili kwa kumweleza Hassan kwamba Shekhe Ali anataka kununuwa kipande cha ardhi na nyumba aliyoachiwa na baba yake. Tena alizidi kumweleza kwa sauti ya kejeli, "Kwa bei yo yote uitakayo Hassan, sisi tayari kulipa." Lakini Hassan alivyokuwa hana fikira wala azma ya hayo kabla, hakuweza kukata maneno na kwa hivyo aliwajibu, "Vyema nimesikia. Nami nitazidi kufikiri nikujibuni."

Katika mazungumzo yote hayo mafupi, Shekhe Ali hakuzungumza lo lote na Hassan ila akisema maneno mawili au matatu na Abudu na kumkodolea macho ya kitisho Hassan. Sura alizomkaribishia ni sura hizo hizo alizomwagia. Hassan hakuona kwake licha tabasamu bali hata ukunjufu wa ngozi yake ya uso.

Hassan alifikiri sana baadaye juu ya yote aliyopambana nayo jioni ile. Hatimaye alimwaza yule kijana mwanamke 'Oh! bila ya shaka alikuwa ni Huda! Wala haiwezi kuwa ni mwengine.' Hassan alinena na moyo wake. Na mara kifuraha chembamba kilimkunjuwa kipaji chake na akawa akicheka cheka peke yake.

'Huda! ambaye sikumtambuwa upesi kwa namna alivyobadilika! Kwa namna gani alivyogeuka! Lakini oh! alipotamka tu jina langu nilifahamu moja kwa moja hapana ila Huda tu. Yeye ni mmoja tu ulimwenguni anayeniita na kulitamka jina langu namna vile. Ni kweli miaka mingi imepita tangu nilipofarikiana na Huda, lakini pamoja na hayo siwezi kumsahau.' Hassan alizidi kujisahihisha na kujiambia, 'Oh ndio! Siwezi kumsahau Huda! Ambaye ni rafiki pwekee wa udogoni mwangu. Aliyokuwa mhami wangu! Akijiweka upande wangu tayari kwa kila wakati. Yeye pwekee akinithamini kikweli na kuniheshimu kimtu. Namna gani tulivyokuwa tukipatana na kusikilizana! Lakini, lakini .... Ah Huda! leo sikukuona unanifurahikia kama desturi yako! Sikuiona ile roho yako iliyokuwa imejaa uhai na uchangamfu niliyokuwacha nao!' Alijiuliza na kuzidi kustaajabu 'Oh Huda! kwa nini? kwa nini?' Hassan alilala usiku ule mrefu baada ya kumjia fikira nyingi kichwani mwake. Alitamani kukuche lini asubuhi na alau akapazuru na kupaona tena pale mahala ziwani.

Aliiongoza njia pole pole na huku moyo unasema moja kwa moja. Harufu ya hewa ndiyo iliyompasuwa moyo na kumtanabahisha kuwa ameshafika alipokusudia. Oh! namna gani alivyofurahi kupaona tena mahala hapo! Alijongea mpaka ukingoni mwa ziwa penye kikao cha chuma akiangaza mandhari hayo mazuri aliyokuwa anayoyakumbuka wazi wazi. Hapana lililobadilika isipokuwa labda ni miti tu ambayo aliyaona yamechuchuka na yamesitawi zaidi kwa mvua ya vuli iliyopita. Kimya ndicho kilichotanda mno mahala pote. Kwa muda alikuwa hasikii kitu ila sauti ya viwimbi vidogo vya maji ya ziwa vinavyopiga ukingoni pole pole kwa nadra na ukenje mmoja mmoja wa ndege huku na huko. Lakini Hassan mara aliikumbukia sauti iliyoikichangamsha mahala hapa. Na ghafula alihisi kama aisikiae tena masikioni mwake, 'Wewe Hassan ndiye rafiki wa mwanzo katika maisha yangu ....'

Hassan alikisikia pia kicheko chake na ukenje wake aliokuwa

akipiga pale walipokuwa wanafurushana chini ya miti. "Oh, Huda! Huda!" Alijiona anasema peke yake kwa sauti, amezama katika fikira na huku moyo wake umejaa furaha na pia huzuni. Ghafula kivuli cha kiumbe juu ya ziwa alichokiona kilimgutuwa na akataharaki. Aligeuka kuangaza kisogoni mwake na ndipo alipomwona Huda wa kikweli kweli amemkabili machoni mwake. Kwa dakika alisituka na kudawaa! Alibaki kumwangalia tu Malaika huyu aliyeteremshwa Peponi! Mwili wake uliyopata nyama nyama kwa sasa ulikatika kike, ulielekea mno na kimo chake cha wastani kilichonyoka kifalme pamoja na shingo yake refu nzuri ya fahari.

Huda alimwangalia Hassan, kwa macho ya huzuni. Tena kwa taratibu na kwa sauti laini isiyo na mparazo alimwambia, "Hassan nimekuja, kama ulivyoniita."

"Ni ....me ....kwita?" Hassan alibabaika.

"Ndiyo Hassan umeniita. Jana usiku nilikuota unaniita nije hapa." Huda alinena bila ya dhihaka au wasiwasi wa maneno yake.

"Basi, kwa nini umechelewa kidogo?" Hassan alibabaika na hajajua aseme nini zaidi alipouona uso wa Huda wa ukweli.

"Nimechelewa kidogo kwa ajili nikimdoea baba na Abudu watoke ili nami niweze kupenya."

"Kwa nini? Baba yako anakukataza kuja huku sasa kutembea?"

"Ndio nimegombezwa kuja huku au popote kutembea peke yangu, tangu siku ile Abudu aliyotusaliti, unakumbuka?" Tena aliendelea, "Lakini mimi ninakuja kila nipatapo fursa."

Huda aliinama kidogo na Hassan alitafaraji kuutazama uzuri wa maumbile yake Mola alivyomuumba. Huda alikuwa amevaa kanzu nzuri kabisa ya kitambaa chepesi cha rangi ya wardi mwangaza. Na oh! namna gani ilivyompendeza! Juu ya ngozi yake nadhifu laini iliyokazana kwa ujana, na kwa rangi yake ya mwili iliyo kama iliyomwagiwa sharubati kwa muwivo wa siha na pia kwa nywele zake refu nyeusi za mpingo! Hassan alimwona kama wardi changa linaloanza kuchanua kati ya ukijani safi wa miti iliyomzunguka. 'Sikuwaza Huda atakuwa mzuri namna hivi.' Hassan alifikiri. 'Macho yake ambayo ingawa tangu zamani yalikuwa ni mazuri, kwa sasa yalikithiri uzuri wake – yamepoa kike kwa wanja mwembamba aliyotia. Na kwa mwangaza ulioukimpiga pembezoni, yalikuwa kama yaeleayo juu ya mafuta kwa jinsi yan'garavyo.' Bali Hassan alibaini pia na kujiambia nafsi yake. 'Huda hakubadilika umbo lake tu lakini hata tabia zake pia. Huyu siye Huda wa zamani aliyekuwa akizungumza na kucheka nami bila ya hofu au wasiwasi. Iko wapi ile tabasamu yake nzuri inayopenya upesi machoni mwake na kumuwivisha rangi ya mashavu yake hata yakawa kama matufaha mawili?'

Ghafula Huda alimkatiza fikira zake hizo na akamwambia kwa ufupi, "Hassan ninakuomba usiuze mali yako kwa baba."

"Kwa nini? Yaani hata nikipata bei nzuri?"

"Oh basi tu, ninakuomba usifanye hayo." Huda alisita kidogo, hapo tena kwa sauti ya unyonge akamwambia, "Abudu ndiye anayeshikilia ili baba baadaye amgaie yeye. Wala hakika Abudu hana haja nayo sana. Lakini labda ninajua sababu ya yeye kushikilia hayo. Ah Hassan! kujua kwamba una pako karibu nasi ndilo lilikuwa ni tumaini moja tu lililonibakilia la kuweza kukuona tena. Na sasa ...."

Huda hakuweza kumaliza akahisi kama anayetaka kulia lakini donge la uchungu alilitoa akanena, "Oh Hassan! kwa nini ulinisahau upesi? Kwa nini?"

"Sikukusahau Huda, lakini .... lakini .... nilikuwa

nimeshughulika sana na masomo." Hassan alibabaika.

"Lini utamaliza masomo hayo?"

"Inshalla mwisho wa mwaka huu."

"Yaani bado miezi mingapi Hassan?"

"Miezi sita tu Huda."

Hapo Huda alinyamaa kimya akivibabatisha viganja vyake vya mikono kwa nguvu na kwa sauti ya uchungu ghafula alinena, "Hassan nichukue wendako tafadhali ...."

Hajadiriki kumaliza ila alimiminikwa na machozi chungu nzima na akaendelea, "Ndio Hassan umesituka miye kukwambia hayo! Na miye pia mwenyewe ninajichukia kuweza kukutamkia maneno hayo! Ninajua hayo ni fedheha na aibu kwa mtoto mwanamke anayethamini karama yake. Lakini Hassan, ninahitaji msaada na sina wa kunisaidia." Akazidi kusema kwa uchungu, "Hassan ninakuamini, tafadhali nisaidie."

Lakini Hassan ni kweli alisituka kwa maneno hayo na akamjibu kwa ubabaiko, "Lakini .... lakini .... vipi nitakutorosha? Vipi nitaweza kufanya jambo lisiloelekea namna hivyo? Hebu kwanza nieleze nini hasa dhiki yako?"

"Dhiki?" Huda alinena kwa kejeli, "Si dhiki bali na mauti, ninahisi nitakufa pole pole kwa adhabu ninayoiona. Oh Hassan! nimechoka kuishi gerezani na kumwogopa baba yangu. Na sasa ...." Hakuweza kuendelea alichotaka kusema bali aligeuza maneno na akawa anajiambia nafsi yake, 'Oh Huda! mpweke, mnyonge nimetaaya na ulimwengu – silijui la kutenda.'

Hapo Hassan alitamani ampakate kama mtoto mdogo na ambembeleze juu ya bega lake. Lakini badala yake alimwambia,

"Laiti ningeliweza kukusaidia Huda, bali kama unavyojua wewe ni mtoto mahshumu, maarufu unayejulikana. Siwezi kukutorosha kwa mengi. Lakini Huda, itakavyokuwa vyo vyote, hapana haja ya sisi kufanya aibu hiyo. Kumbuka ni wakati mfupi tu uliyonibakilia wa kumaliza masomo yangu," aliendelea kumwambia kwa taratibu, "Oh Huda! miye sitokuiba bali nitakuoa na dunia yote isikie. Nitakuchukuwa kwa baba yako na hadi moyo wake umekinai kama miye ni mwanamume ninayestahiki kumwoa binti wake."

"Oh Hassan! hufahamu wala humjui bado baba yangu. Unafikiri itakuwepo siku ya baba yangu kukubali wewe kunioa? Oh Hassan umepotea! wala huwezi kukisia kiburi cha baba yangu."

Bali Hassan alizidi kumwambia bila ya shaka yo yote akilini mwake. "Sijapotea. Ipo siku itakuja nami Hassan – mjukuu wa mchunga farasi wa babu yako, nitakuwa mtu wa kuheshimiwa Tamasha. Ni yakini hayo ninakuahidi – siku ambayo Abudu na wenzake Abudu hawatothubutu kunidharau tena," na akamaliza maneno yake kwa kumwambia, "Nisubiri Huda, nitakurejelea Inshalla."

Lakini Huda ambaye kwa wakati wote huo alikuwa akimwangalia harakati zake na kumsikiliza maneno yake kama ndio kwanza amemjia, alifuta machozi na akainuka. "Kwaheri Hassan, nakuombea mafanikio mema katika masomo yako." Alimnyoshea mkono wa kumuaga na huku alimtulizia macho na kumtazama kwa hisiyo ya kishujaa. "Lakini .... Huda .... Huda ...." Alibaki Hassan kubabaika akimwangalia, Huda hakugeuka nyuma. Bali aliiongoza njia pole pole kwa mwendo na tao lake la kupendeza kama paa kinda lililopotea msituni, mpaka hakumwona tena.

Hassan alimaliza masomo yake kama alivyodhamiria. Alikuwa ni kijana mwenye fursa kamili katika mustakbali wake. Hassan alijitayarisha kuyakabili maisha hayo mepya kwa hamu kuu na

huku moyo wake umejaa kila mataraji mema, zaidi kuliko wakati
wo wote wa uhai wake.

Ama nyumba wala kikataa chake hakumwuzia Shekhe Ali. Siku
ile Mzee Juma alikuwa ni mtu wa mwanzo aliyekuja kumpa mkono
wa furaha kwa kupasi kwake. Alimwombea kila dua njema
na kumpa kila tashijii. Alipokuwa akitoka mlangoni, Hassan
alimwuliza na huku akicheka cheka. "Jee Huda hajambo? Vipi
hali yake?" "Hajambo, lakini namwona amezidi kujiinamia tangu
alipoolewa." Ba Juma alimjibu.

"Ame .... olewa!!" Hassan alikodoka macho.

"Kwani huna habari? Huu ni mwezi wa nne tangu kuolewa." Ba
Juma alijibu. "Mwezi wa nne! Kaolewa na nani?" Hassan aliuliza.

"Ataolewa na nani tena? Bila ya kuwa ni Abudu?"

"A .... bu   du amemuoa Huda?" Hassan alihisi kama amepigwa
kofi la uso ghafula. "Ndiyo, Abudu amemuoa. Si ndiyo mchumba
wake aliyeekewa na baba yake tangu zamani?"

"Ah!!: Hassan hakujua kutamka neno jengine. Aliagana na Mzee
Juma na huku akili yake haipo hapo.

Kuingia ndani alihisi kama nyumba inamporomokea kichwani
mwake! Alijivuta nywele na akapiga ngumi juu ya ukuta. Ikiwa
watu huvunjika nyoyo basi moyo wa Hassan haukuvunjika tu bali
alihisi kama uliyokatika katika vipande alfu na alfu methali ya
fanusi ya taa ipasukapo. Alikuwa kama mwenda wazimu hajimudu
kabisa. Hanalo la kumsaidia wala hana wa kumshitakia. 'Ole
maskini mpumbavu miye! Ati nilijiona mshupavu. Namna gani
sikuweza kutanabahi na mapema! Namna gani sikuweza kutenda
lo lote lililo bora zaidi. Oh! Huda nikupate wapi leo hii? Nikupate
wapi? Ama kweli miye ndiye yule yule Hassan 'mbwa koko'.
Sijabadilika wala sitobadilika. Hata ulipotaka msaada kwangu oh

Huda! sikuweza kukusaidia! Ati nilikuwa nina ari ya nafsi yangu. Lazima nitimilize ahdi yangu na nithibitishe uungwana wangu! Ati lazima nikuowe kwa rasmi na fahari kama wanavyooa watoto mahshumu wanaojulikana1' Alibaki kuropokwa ovyo akijilaumu. Akigaragara juu ya kitanda, hapana wa kumjibu, ila akihisi hata kuta za nyumba zinamzomea bila ya rehema.

Masiku na miezi ilimpitilia Hassan, wala hakujua ajisahaulishe vipi. Lakini ingawaje hata maradhi yakiwa ni marefu mwanaadamu hawachi kuyazoea japo kidogo. Hassan naye alizowea kwa kuyakubali maisha aliyojaaliwa. Alijaribu kujipurukusha kwa kufanya kazi yake kuliko ada. Aliweza kuendelea mbele vizuri na wadhifa wake ulipandishwa zaidi na zaidi.

Miaka miwili ilipita, Hassan hakupata kusikia habari yo yote ya Huda. Mara ngapi alitamani ende Maungani nyumbani kwake ili alau avute hewa aivutaye mpenzi wake. Lakini hakuweza. Ni kweli hakuwa na nafsi wala ushujaa wa hayo, kwani kila afikiriapo kwamba amwendaye hatoweza kumwona aliona atajichomoa machungu tu. Hapana faida.

Lakini Hassan, alipotononeka vizuri kwa mapesa, aliazimia aitengeneze vizuri nyumba aliyomwachia baba yake. Kwa hivyo baadaye ilimlazimu akipenda asipende aipitilie nyumba yake ilioikijengwa. Masiku hayo yalikuwa ni masiku ya fikira na adhabu kwake. Zaidi akiumia moyo kwa kila aonapo jumba la Tamasha. Jumba limemsimamikia machoni mwake kwa sura ya ujabari mkubwa na leo! Madhubuti kabisa!

'Oh! halidhuriki na hewa wala msukosuko wo wote wa ulimwengu? Bahati mbaya ilioje kwa wanaadamu sie? Laiti tungelikuwa madhubuti kama majumba. Hassan nimebaki kama jiti la muanzi ni juu tu bali ndani hamna kitu. Sina hata raghba ya kuishi.' Alibaki kujisikitikia. Kwa usiku hakuwa na la kufanya isipokuwa kukaa bustanini nyuma ya nyumba yake akikodolea macho hilo jumba la Tamasha. Hubakia kuhesabu mataa yawashwayo na yazimwao mpaka wakati mwingi wa usiku. Tena hapo hapana ila totoro tu mbele yake na sauti za vyura hewani zikimfukuza akalale.

Ilikuwa ni siku ya jumaamosi na kama kawaida Hassan alikuja nyumbani, Maungani, kuangalia jengo linavyoendelea. Alizuriwa na rafiki miongoni mwa jirani zake. Walikaa barazani wakizungumza muda mrefu. Anga la mbaa mwezi kali likiwamurika nyuso, lakini mara majibwa koko yalianza kubweka vibaya uwani. Tena hali ya hewa ikaanza kubadilika. Upepo wa nguvu ulivuma na ukazidi kuvuma, hatimaye hata mbaamwezi ilipotea mawinguni na kukawa kiza. Bwana rafiki aliinuka kukimbilia kwake na Hassan pia aliingia ndani kulala.

Hassan alipokuwa anapata usingizi, ghafula, alisikia mlango wake ukigongwa kwa nguvu. Alifikiri kwanza akiota, lakini aligutuka kwa sauti ya kishindo "Hassan! Hassan! nifungulie mlango upesi!" Upesi aliinuka na alipofungua mlango alimwona Mzee Juma, pumzi juu kwa juu, anahema kama mbwa, uso umemchupa kama aliyeona shetani. "Sina faka ya kukueleza lo lote. Ila nifuate Hassan! Njoo utazame mambo ya ulimwengu." Hassan alivuta nguo yake kwa haraka na akatoka na Ba Juma mabio kwendea Tamasha, akimfuata. Walipofika, Hassan alisita kidogo mlangoni lakini Mzee Juma alimvuta mkono wake kwa nguvu na akamtia ofisini. Hapo Hassan alisituka pakubwa na kupigwa na bumbuwazi kwa kuona mandhari hajayataraji kabisa. Abudu amelala chini anafoka madamu ya kifua, na Shekhe Ali amelala juu ya kochi anafoka madamu katika bega lake la mkono wa kushoto. Wote wawili hawatukusiki hawapepesi, sura ya mauti mabaya ndiyo iliyowavaa nyusoni. "Kulijiri nini Ba Juma? Kulijiri nini?"

"Kulijiri mengi! Nitakueleza tulizana. Ama sasa hivi panda juu upesi ukamuangalie Huda yupo peke yake, ili nami niweze kumshindikiza bwana wangu. Bwana ambaye hanaye mwengine aliyembakilia wa kumzika na kumsitiri isipokuwa miye ...." Hapo Mzee Juma hakuweza tena kuendelea kusema bali alibaki kufuta machozi kwa kiwiko chake cha mkono akilia kama mtoto mdogo.

"Hassan, ama kweli kuishi kwingi kuona mengi, miye Juma leo nimeona mengi, si haba!"

Hassan alipanda ngazi mbili mbili na huku akili yake inasema mengi kuliko ulimi wo wote. Baada ya kugonga mlango na kuona hapana majibu taratibu aliufungua mlango nusu na akaingiza kichwa ndani kuangaza. Anga hafifu la mshumaa mmoja uliyokaribia kumalizika uliokuwa karibu na kitanda ndiyo nuru iliyoikiangaza chumbani. Na hapo Hassan alijongea zaidi na kuona ya kumgutuwa moyo na ya kumtamanisha kulia kama mwanamke. Huda alikuwa juu ya kitanda amenyoka kama gogo na macho yamefunga nusu na nusu yawazi. Nywele zake refu nyeusi ziliyojimwaga mwaga juu ya mito meupe zilimkithirisha weupe wake ambao kwa sasa ulikuwa ni wa karatasi, sio ule weupe wake wa zamani wa waridi. Ingawa jamali yake ya uso haikubadilika na ngozi yake ya ujana haikuathirika, lakini kwa nuru ya mshumaa aling'ara vibaya, amenyoka kama sanamu la nta.

'Huyu ni maiti aliyebaki kutweta tu, siye Huda ninayemjua.' Hassan alijiambia kwa uchungu. Siku mbili zilipita na matabibu ingia toka. Hassan hakujua afanye nini zaidi ila kuketi karibu yake Huda, usiku na mchana. Akimwangalia na kuzinyosha nywele zake, kwa huruma isiyokadirika.

86

"Ah! Mola wangu muhuishishe Huda. Muhuishishe . . . .
. . . ."

Hayo ndiyo maneno hakusita kuyakariri kwa kila dakika. Mola
alimjibu dua yake na kwa siku ya tatu Huda alianza kufurukuta na
kupepesa macho yake. "Huda! Huda! Miye hapa nipo Hasan,
fungua macho yako!" Kwa furaha kuu Hassan alinena. Lakini
Huda aliugua pole pole na kama yungalipo usingizini alinena
kwa taabu, "Laiti yangelikuwa hayo ni kweli. Lakini ah! Ndoto
hizi khabithi ndizo zinazozidi kuniadhibu. Ah Hassan! Japo mara
moja kabla sijafa niuone uso wako."

"Oh! Huda, amka usingizini. Wewe huoti bali yakini mimi Hassan
nipo hapa karibu yako. Fungua macho yako uniangalie."

Alifunua macho yake na kama aliyeona Malaika – alidawaa, na
hakuweza kutamka lo lote. Kwa dakika alimtumbulia macho na
kuupapasa uso wa Hassan, akijiyakinisha kama ni kweli mtu au
ni kivuli tu akionacho siku zote. Bali kwa kitambo, mara kama
aliyekumbukia jambo alisema, "Lakini Hassan, vipi babaangu?
Yuko wapi babaangu? Yuko wapi? Hajauwawa na Abudu? Hebu
usinifiche. Abudu alikuwa na bastola mkononi na pia alikuwa
amelewa . . . ." Huda alianza kulia na Hassan akawa
anamnyamazisha.

"Huna haja ya kuyafikiri hayo sasa, utajizidisha ugonjwa. Hebu
tulizana upate kupoa mbio mbio."

"Nitulizane? Nitulizane vipi? Nami sijui nini kimemsibu babaangu?
Lazima Abudu kisha mwuuwa. Kwani sasa nakumbuka wazi wazi
kile kishindo cha risasi na labda ndipo nilipopotea fahamu. Oh!
Ole miye Huda ni maiti kabla sijafa. Sijaweza hata kumsaidia
babaangu kwa lo lote . . . ."

Na kwa hapo hakuweza kusema zaidi ila alibaki kulia mpaka
kikajichomoza kikohozi. Alikohowa, alikohowa mpaka pumzi wala
nguvu hana tena na ndipo akaanza kutapika mapande ya damu
yakajaa tele nusu ya bakuli. Hassan alifazaika na hakuyasadiki

macho yake. Alinyanyua mshumaa na kuzidi kuangalia bakulini. Alijihisi naye pia hana nguvu, anatetemeka kwa muda. Huda aliregea, lakini alianza kusema tena ingawa kwa sasa akisema kwa wasaa bora na kwa uso usioonesha utaabani sana kama kwanza. "Hassan! ikiwa babaangu ameuliwa, jee huyo Abudu yuko wapi? Hujui vipi ninavyomwogopa."

"Usiogope, hayupo sasa" Hassan alimjibu.

"Oh! Hassan namwogopa sana. Humjui vipi alivyo khabithi na dhaifu wa moyo. Shabaha yake ni kurithi Tamasha. Kwa mateso na adhabu anazoniadhibu, amekusudia kuniuwa pole pole juu ya kitanda naye huku anatafaraji. Mara ngapi nimemwomba na kumbusu miguu yake alau aniitie daktari hataki. Badala yake ananicheka na kuniambia, Nikwitie dakitari wa nini? Akucheleweshe kufa? Hujui vipi raha yangu nikuonapo hapo unavyosononoka na kuhangaika kwa maradhi. Ulifikiri nini nilipokuoa? Nimekupenda? Tangu lini umenipenda hata nikupende? Hukumbuki daima ulivyokinichukia? Hata yule mbwa Hassan ulikimwona bora kuliko miye? Huda, nimekuoa kwa ajili ya mali na kulipiza kisasi changu. Ndio, Huda, ninataka niwe bwana pwekee wa Tamasha na milki yote yake iwe mkononi mwangu, siku moja. Lakini kabla hujamalizika wewe nataka kwanza atangulie baba yako." Huda alimhadithia Hassan na akaendelea, "Hayo ndiyo maneno ya Abudu anayonikaririra usiku na mchana. Bali usiku ule nilipozidiwa sana na ugonjwa, aliitaka kwa lazima pini ya almasi iliyokuwa ya mama yangu. Sikutaka kumpa makumbusho ya mama yangu yaliyonibakilia, japo vyombo vyangu vyote vya dhahabu nilimpa naye akanipotezea, kwa kuchezea kamari na kulewea. Kwa hivyo aliponiuliza kwa hamaki nimeiweka wapi aichukue, nilinyamaa kimya. Alifahamu sitaki kumpa na kwa hivyo aliniijia kitandani akanitikisa kwa nguvu na kunipiga makofi ya uso na huku akinitukana na kunitishia nimpe. Uchungu ulinipanda na nikaona bora animalize kabisa, wa nini uhai zaidi? Baadaye alifungua makabati yote na kutoa vyote viliyomo akikumta, lakini hakuiona pini. Tena ndipo kwa kisu alipouvunja mtoto wa meza ile ya kuandikia. Mtoto wa

meza, ambao tangu kufahamu kwangu nimeuona hivyo hivyo umefungwa wala hapana aliyejaribu kuufungua. Nilisikia kwamba ulipotea ufunguo wake zamani tangu zama za babu yangu alipokuwa yuhai. Humo alikuta makaratasi makukuu ambayo aliyatoa na kuyaangalia. Baadaye alivuta karatasi moja iliyopiga weusi wa moshi moshi pembezoni kama iliyowahi kuchomwa kwa moto kidogo. Tena nilimwona kama aliyesituka alipokuwa anaisoma. Aliitia mfukoni akatoa bastola yake na kuijaza risasi na kabla ya kukwapuka aliniambia "Ndiyo, hufi wewe mbele, atakufa baba yako kwanza." Hofu kubwa iliniingia na kwa uso wake ulivyombadilika nilijuwa lazima amedhamiria ukhabithi mkubwa. Pamoja na ugonjwa wangu nilijaribu kuinuka kitandani, lakini ah! Nguvu zangu zi wapi! Kwa muda nilihangaika juu ya kitanda sikujua vipi niinuke na kabla hata mguu wangu haukuwahi kugusa ardhi nilisikia risasi na ndipo hapo nami sikufahamu tena. Ah! Hasan kenda wapi Abudu? Namwogopa asitokee hivi sasa. Anaweza kutuuwa sote wawili. Humjui vipi alivyo khabithi na anavyokuchukia wewe! Hajakusahau mpaka leo ....
.............."

Lakini mara sauti ya ghafula ilimkata maneno, "Kenda wapi Abudu? Kesha kwenda kaburini. Si baba yako peke yake tuliyemzika bali na yeye Abudu tumeshamzika." Ba Juma aliyekuwa akiingia chumbani ndiye aliyemjibu.

Mzee Juma alivuta kiti karibu nao na akaanza kuhadithia kwa taratibu, "Kama ilivyo desturi siku zote saa nne za usiku nilikuwa nikirejesha funguo za lango kuu kwa mwenyewe Bwana Ali. Nilipokaribia mlangoni mwa afisi nilisikia mabishano ya maneno kwa sauti si ndogo baina ya Abudu na Bwana Ali. Nilisita kidogo na nikasikia, "Ndio, lazima niwe miye Bwana wa Tamasha wala mwengine hawi. Miye, zamani sana niliwahi kusikia hadithi hii kwa watumishi wakiongea siri siri, lakini nilikuwa mdogo, sikuifahamu – Bali japo leo nimeuona ushahidi katika waraka huu uliouficha siku zote hizi, jambo moja nataka ulijue Tamasha ni yangu na hapana mwengine atakayeniingilia kati."

Na hapo Shekhe Ali alimjibu kwa ghadhabu, "Nini wewe mpumbavu unasema? Waraka? Waraka gani?"

Abudu alimjibu, "Unaufahamu vizuri sana. Mbona uliujua kuuficha? Kwa nini hukuuchana zamani? Au nia yako ustarehe na Tamasha katika uhai wako na ukifa ndio haidhuru umwachie Huda afanye atakavyo yeye? Yaani amtie ampendaye katika Tamasha? Nimemkosa Huda, haidhuru, najua hanipendi na miye simpendi pia. Lakini mali lazima niyarithi miye. Na ilivyo kuwa Huda karibu atakufa ...."

"Atakufa? yaani unaniambia Huda anaumwa sana?" Shekhe Ali alimwuliza kwa mfazao.

"Ha! Ha! Ha!" Abudu alicheka kwa kejeli. "Ndio anaumwa sana. Jee wewe unabali hayo? Tangu lini? Unajua lo lote linalopita ndani ya nyumba hii? Mwenda wazimu mkubwa!! Wewe na mwanao uliyemlandisha. Nyote mna maradhi ya mapenzi. Ha! Ha! Ha! Ati mnapenda. Mnapenda vivuli? Wana-kichaa wakubwa nyie! Tangu hapo nusu mmeshakufa mumebaki kutiwa kaburini tu. Nyie msiositahiki kuwa na pesa hata moja katika dunia, si bora nikumalizeni? ...."

Hapo nilisituka pa kubwa kusikia kishindo kikubwa cha risasi. Niliingia mbio ndani, lakini kwa kitambo hicho Abudu aliyekuwa anaanguka chini aliifatua risasi katika bastola yake aliyekuwa nayo mkononi na kumpiga Shekhe Ali chini ya kwapa la mkono wa kushoto. Shekhe Ali aliyekuwa katika deski lake amekaa dakika hiyo hiyo nilimwona kichwa kinamnin'ginia begani na bastola aliyokuwa nayo mkononi ikamdondoka. Hapo sikujijua! Nilimruka Abudu ambaye aliyelala fofofo juu ya ardhi na kumwendea Shekhe Ali. Nilimnyanyua na nikamlaza juu ya sofa. Alikuwa bado anatweta japo madamu yakimfoka kwa nguvu. Nilimwambia, "Nakwenda kumwita daktari, usitie hofu bwana utakuwa mzima."

Lakini alinivuta na akatikisa kichwa. "Sitaki daktari. Niachie nife nistarehe. Juma! Miye ndiye niliyempiga risasi mwanzo Abudu.

Mungu nisamehe! Sikuweza kustahmili. Halla Halla Huda
.............."

Hapo hakuweza kuendelea na akakata roho. Hakika sikujua hata
ninatenda nini. Niliwatupa maiti vile vile walivyolala na ndipo
nilipokwapua mabio kuja kukwita wewe Hassan alau unisaidie."
Ba Juma alimaliza kuhadithia na huku Huda akilia moja kwa moja.

Tena Mzee Juma alisema, "Na labda sasa umeshawadia wakati wa
kutoa hadithi nyengine niliyonayo miaka kifuani mwangu ambayo
natumai mtapenda kuisikia." Ba Juma alianza, "Nilipokuwa
mdogo karibu ya baleghe na wakati baba yangu ndiye aliyekuwa
bawabu wa Tamasha, kwa desturi, miye hulala chumbani kwa
mama yangu. Aghalabu baba yeye alikuwa halali chumbani bali
akilinda Tamasha karibu usiku kucha. Siku hizo Bwana Mbarak
bado yuhai, naye ndiye aliyeweka amri hiyo! Usiku mmoja kati
kati ya usingizi wangu, mama yangu aliniamsha kwa sauti ndogo
bali ya hofu, "Juma! Juma! umesikia nilivyosikia?"

Nilighasika kukatiwa usingizi wangu na nikamjibu kwa taabu,
"Sikusikia cho chote." "Hukusikia? Vipi hukusikia? Hata aliyelala
fofo naye lazima azindukane kwa sauti ile! Ama wewe mwanangu
Juma, usingizi wako mzito! Hukusikia kilio cha mwanamke analia
kwa huzuni kama aliyeonewa? Wakati wote ule?"

Niliona dhiki zaidi kutoachiwa kulala kwa masuala siyafahamu na
nikamjibu mama, "Labda ulikuwa unaota."

"Nimeota? Miye bado sijalala mpaka sasa hivi. Nilikaa sana
usiku nikimaliza kusuka ukili wangu ili kesho nishone mkeka. Na
baada ya kumaliza ukili, mnamo saa nane kasorobo, ninataka
kuingia kitandani, na kabla hata sijafunga macho yangu nilisikia
kilio hicho. Ama kuota, mwanangu sijaota."

Hapo hofu nami ghafula iliniingia, usingizi uliniruka na nikakaa
kitako. Nikamwuliza, "Sauti ya kilio cha mwanamke! Hebu mama

kitatokea wapi usiku huu? Au ni shetani huyo? Mama! Hata miye
sasa naogopa."

Lakini mama akanijibu, "Laa, usiogope Juma. Yule si shetani.
Miye nimeshamjua ni nani, kwani sauti ile haiwezi kunipotea."

"Sauti ya nani?" Nilizidi kufazaika.

"Sauti ya mwanamke ambaye amekwisha kufa zamani."

"Amekufa zamani! Basi vipi atafufuka mama?" Moyo ukinipiga
kwa hofu.

"Ni kweli afae hafufuki tena. Lakini ninafikiri hiyo ni roho yake
inayotembea ndani ya jumba hili. Si ajabu, roho yake imedhulumiwa
bure na ndiyo inapita ikilia humu kwa unyonge. Leo ni mwaka
wa ishirini tangu alipokufa siwezi kusahau. Kwani ilikuwa ni siku
kama ya leo usiku wa Miraji, tunaamkia kufunga.................."
Mama alikuwa ameshika tama ananihadithia, nami kwa hofu
nilijikunyata na kujivutia shuka yangu ya kujifunika mpaka karibu
na machoni, kitako sikukiweza tena. Nikamwuliza mama, "Roho
yake imedhulumiwa? Kama vipi? Mbona sifahamu?" Na mama
akanijibu, "Ndio, imedhulumiwa bure. Kwani mwanamke huyo
hakufa kwa ajali. Aliuwawa bila ya dhambi yo yote."

"Alimwuwa nani? Na kwa nini?" Hamu ya kusikiliza ilinizidi.

Na hapo mama aliniambia, "Juma mwanangu, hadithi yangu
hii nitakayokuhadithia sitaki umhadithie ye yote mwengine. Hii
ni siri kubwa na hapana anayeijua undani wake hasa isipokuwa
niliyebaki ni miye na mwenyewe Shekhe Mbarak. Basi mwanangu
sitaki siri hii itoke, kwani Bwana Mbarak akisikia ataniuwa tu. Miye
ni mtu mzima na sitaweza kuishi sana. Lakini wewe uliye mdogo,
labda utaishi na kushuhudia natija ya dhuluma iliyopita hapa
Tamasha. Utakumbuka kama mama yako nilipata kukuelezea na
utajua kama haya ninayokusimulia leo ni ya kweli, sijakudanganya.
Kwani 'uovu haulipi' mwanangu wala hapana jabari anayeweza
kumnyan'ganya kiumbe ile haki yake aliyokwisha pewa na

Mungu." Mama alisita kidogo na akatikisa kichwa. "Mungu ana subira tu mwanangu, lakini hasahau, bila ya shaka itakuja siku Mola atapohukumu." Tena akaendelea kusema, "Sikiliza Juma, jumba hili si la Bwana Mbarak wala hakulirithi kwa baba yake. Asili ya jumba hili lilikuwa ni la kaka yake, Bwana Rashid, ambaye ndiye aliye kuwa hodari wa kuchuma mali yote haya uyaonayo leo ya Bwana Mbarak. Kaka huyo ndiye aliyelijenga jumba hili na kulipa jina 'TAMASHA'. Maana ya jina hilo ni alikusudia kwamba jumba lake hili ni tamasha kubwa aliyotunukiwa na Mola katika uhai wake. Na ndio kwa maana alipendelea kulijenga vizuri mno. Bwana huyo akitamani sana mwana na ijapokuwa aliowa wake wengi lakini hakuzaa nao. Alipokaribia utu uzima alimpenda katika watumishi wake na akamuoa kwa siri. Bali alikuwa ni mtoto wa miaka kumi na mine tu na tena ni yatima. Jina lake ni Jamila kwa vile alikuwa cheupe cheupe na kizuri sana. Jamila, takriban nilimlea miye, baada ya kufa wazee wake, na pia alikuwa ni mwari wangu. Kwa hivyo ililazimika nijue na miye siri hiyo kwa vile somo nilikua miye wa kuitia arusi. Kwa bahati Jamila alichukua mimba lakini kabla ya mtoto kuzaliwa, na hata hiyo mimba ingali changa sana, Bwana Rashid aliugua homa ya siku tatu tu na akafariki dunia. Hakika hatukujua nini la kufanya hasa ilivyokuwa mrithi wa rasmi alikuwa ni nduguye mdogo, Sheikh Mbarak. Yeye alikuwa dhaifu sana wa roho tangu udogo wake. Tena aliyakalia vibaya mali ya nduguye tangu mwenyewe yuhai na kuyangojea kwa hamu kuyarithi. Kwa hivyo ni kweli hapakuwepo kabisa wa kuweza kuthubutu kumkabili Bwana Mbarak na kumweleza ndoa ya siri hiyo ya Marhemu nduguye wala mimba aliyoiacha. Mradi miezi ilipopita Mungu alimfungua Jamila na akazaa mtoto wa kike. Kwa bahati mtoto alimshabihi baba yake mtupu na kwa kila akikua alizidi kumshabihi. Kidogo kidogo baadhi ya watumishi ndani ya nyumba walitia shaka na hata wengine waliijua na siri. Hapo walimtia maneno Jamila ili akadai haki yake kwa Bwana Mbarak. Jamila alimwendea Bwana Mbarak hatimaye na kumwelezea kisa chote kilichotokea. Lakini Bwana Mbarak alighadhibika naye sana na akamtahadharisha na kumtisha Jamila kwa kumwambia kwamba atamwua endapo akijaribu tena kuyadhukuru maneno hayo kwa ye yote. Alimkanusha na kumtukana sana kwa kuzua maneno hayo ya uongo. Jamila aliogopa na kunyamaa lakini pia Bwana Mbarak hakumwachia. Alimtumiza mmoja katika watumishi wake kutia sumu ndani ya chakula cha Jamila, na ndipo maskini Jamila alipokufa naye yungali kijana mbichi. Moja ni jambo la kushangaza ni kuwa mtumishi huyo huyo aliyemtilia sumu Jamila alifanya wazimu baadaye na mwishoni ndiye ailyemwuua Bwana Mbarak kwa kumsukuma kisimani. Ama mtoto wa Jamila tulimlea sote tuliyo ndani ya nyumba na akakulia ni kijakazi kama mtoto ye yote yule wa mtumishi. Juu ya hayo na Bwana Mbarak alimbandika na jina la uharamu na akawa hata akimwita hamwiti kwa jina lake ila "Wee mwana haramu." Mtoto huyo alipokuwa mkubwa alipendana na kijana mdogo mmojiwapo katika wachunga farasi wa Tamasha. Hapo tena Bwana Mbarak alipata kisingizio kizuri kwani aliposikia tu aliwaita wote wawili akawapiga kwa mikwaju na kisha baadaye akawafukuza Tamasha ...."

"Jee baadaye waliishia vipi?" Hassan alimkata maneno yake Ba Juma.

"Walioana na wakatoka nje kuendesha maisha yao." Ba Juma alijibu.

"Jee wewe Ba Juma mkiwajua?" Hassan alimwuliza kwa hamu.

"Kwa nini nisiwajue? Nasi sote ni watoto wa Tamasha?"

"Basi utaweza kuniambia jina la huyo mtoto wa kike? Akiitwa nani? Na pia huyo mchunga farasi aliyemuoa?" Hassan aliuliza kwa hamu kuu.

"Bila ya shaka nitakwambia. Jina lake lilikuwa Anisa ...."

"Anisa!! Haiwezi kua!!" Hassan alisituka.

"Ndiyo Anisa wala siwezi kulisahau jina hilo kwani mama yangu ndiye aliyempa jina hilo ambalo ni jina pia lake yeye. Mama yangu ndiye aliyempokea mwanzo duniani kwani alikua pia ni mkunga wa Jamila."

"Lakini Anisa haliwezi kuwa, haliwezi kuwa." Hassan alibaki kukanusha na huku amefazaika pa kubwa.

"Husadiki?" Ba Juma alinena. "Shika waraka huu uliyoleta balaa lile lote la watu kuuana na ukisha useme labda utasadiki kama miye sasa nilivyosadiki hadithi aliyonieleza mama yangu." Hapo Mzee Juma alitoa waraka ule ule ambao pembezoni uliyopiga weusi wa moshi moshi na akamkabidhi Hassan. "Labda Bwana Mbarak alitaka auchome moto lakini Bwana Mungu alimzuia mkono." Ba Juma alinena. "Asaa nuhusi za Tamasha zitakoma kwani sasa Tamasha itarejea kwa mwenyewe, mwenye haki nayo." Ba Juma alimaliza maneno yake na aliinuka kwenda zake. Ama Hassan aliusoma waraka wa ndowa ya Bwana Rashid na Jamila Binti Abdalla. Alidawaa kweli kufahamu Jamila ni nani, ni bibi yake mzaa mama yake.

Hassan aligeuka rangi na akawa kama hayupo tena mahala hapo, alibaki kutikisa kichwa chake tu akisema na fikira zake. Kwa kitambo hata alisahau kama yupo Huda mbele yake. Bali Huda alimwambia "Haidhuru Hassan usihamaki kwa maneno ya upuuzi ya Ba Juma alivyowalaumu wazee wangu. Hilo ni porojo tu la watumishi wanapokua hawapendi tajiri wao. Babu yangu alikuwa mkali sana basi si ajabu akizuliwa uongo huo."

Huda aliendelea kusema "Ah Hassan hii ndiyo siku nilikiishi kwa ajili yake – nayo ni siku ya kuwa pamoja nawe tena. Hassan nilikuwa nina yakini siku moja utarejea katika maisha yangu. Oh ndiyo! kwani mapenzi shadidi yako hayakuniachia kukata tamaa kabisa, yalikuwa yana nguvu sana juu yangu – yalikuwa ni mshumaa uwakao daima kifuwani mwangu – kiwako ambacho kikioka damu yangu kutoburudika kabisa kwa baridi ya upweke. Hassan! hujui vipi nilivyoadhibika kungojea siku hii ya leo – siku ya kukutana na wewe. Lakini ah! masikini bahati yangu ilivyo mbaya daima! siku imekuja kwa ghadhabu namna gani! siku imegeuka ni siku pia ya misiba. Ah! laiti na miye ningelikufa pia."

Hapo Huda hakuweza kuendelea ila alirejea kulia kwa kwikwi na Hassan kama aliyegutuliwa usingizini aliruka na kumfuta machozi Huda, akimnyamazisha, "Ni kweli Huda tusisahau lililo muhimu zaidi kuliko yote yale, nalo ni siku imekuja, siku ambayo kwa miye sikuiota itaweza kutokea tena hapa duniani – labda ni Peponi tu. Yakini njoo tusahau yote – tusahau maovu ya wazee wetu waliyopata kufanyiana. Inshalla Mungu atawasamehe kama sisi tulivyowasamehe. Njoo Huda wangu tufungue kurasa yetu mpya – nadhifu kabisa – ya mimi na wewe na kizazi chetu cha mbele, ya nyuma tuyasahau kabisa kabisa."

Hapo anga la alfajiri liliwamurika nyuso zao za ujana na siku nyengine ilianza. Huda alimwambia, "Hassan nisaidie tukaangalie pamoja siku yetu mpya inavyozaliwa."

Hassan ailmteka Huda kutoka kitandani kama kitoto kidogo na akamwegemeza juu ya kifua chake kipana penye dirisha wazi. Mbele yao ni jua likichomoza pole pole kama mpira wa dhahabu nyuma ya vilima vidogo vidogo vilivyoshikamana pamoja pamoja kama wapenzi wa dhati wasiyoweza kufarikiana milele. Na ah! mbingu zilikuwa kama zulia la moto kwa muwivo wa wekundu wa kupasua nyoyo. Ulimwengu wote uligeuka kwa sura nyengine kabisa ya kuwatetemesha kwa furaha na nyoyo zao zikidunda kwa muziki ya hoi hoi na vigelegele viliyojaa hewani. Upepo hafifu na nadhifu wa alfajiri uliwapuliza nyuso zao za jamali na macho yao yakakutana.

"Hapana dhiki baada ya dhiki, Huda! Uzuri ulioje! Kwa asubiriaye" Hassan alishusha pumzi.

MWISHO

www.ingramcontent.com/pod-product-compliance
Lightning Source LLC
Chambersburg PA
CBHW071234170626
46809CB00008BA/3053